எண்ணிய வண்ணமே

கா. அப்பாத்துரை

Title: Enniya Vanname

Author: Ka. Appadurai

Language: Tamil

First Published on: 1958

Year of Publication: 2024

Book Format: Paperback

*Page Size: 6inch * 9inch*

Category: Essays

Subject: Literary Essays

No. of pages: 62

ISBN: 978-81-997511-6-3

Published by: Nilan Publishers, Madurai, Tamilnadu, India

பொருளடக்கம்

குறிப்புகளுக்காக

பதிப்புரை

'அறிவுடையோன் ஆறு அரசுஞ் செல்லும்' என்பது பாண்டியன் ஆரியப்படைகடந்த நெடுஞ்செழியன் பொன்மொழி. எனவே, அறிவுடையோர் எந் நாட்டினராயினும் எக்குலத்தோராயினும் காலத்தால் முன்னையோராயினும் பின்னையோராயினும் போற்று தற்குரியர் ; ஏற்றற்குரியர்; அவர்மொழி என்றுங் குன்றா இள நலமுடையதாய்த் திகழும். இக்கருத்துக்கேற்ப விளங்கியவர் அறிஞர் ஜேம்ஸ் ஆலன் என்னும் மேலைநாட்டுத் திருமகனார். அவர்தம் அரிய கருத்துரைகளே இந்நூல்.

இது, 'எண்ணிய வண்ணமே' என்னும் பெயரோடு இன்று தமிழகத்தில் மலர்கின்றது. இம்மலரிலுள்ள கருத்துரைத் தேறல் தமிழ் நன்மக்கட்குப் புத்தம் புதிய விருந்து.

மக்களின் நெஞ்சில் தோன்றிய எண்ணமென்னும் நுண்பொருளே இன்று 'கட்புலனுக்குத் தோன்று கின்ற உலகக்காட்சிகள். கண்ணைக் கவரும் ஓவியங்கள் மாடங்கள் கூடங்கள் கோயில்கள் சிறப்பங்கள் மின் பொறிவண்டிகள் வானொலி வானூர்தி காவியம் முதலிய எல்லாம் எங்கிருந்து தோன்றின. மகன் எண்ண அலைகளினின் றன்றோ? எண்ணம் நன்றாயின், நன்று கிளைக்கின்றது; எண்ணம் தீயதாயின் தீமை வளர்கின்றது. எண்ணத்தின் பருவடிவமே மேற்காட்டிய காட்சிகளும், நன்மையும் தீமையுமென்பது ஒருதலை.

மக்கள் தம் எண்ணத்தைத் தூய உலகநலனைக் கருதி இயக்குவாரானால் அவ்வழியே அது பெருகி வளர்ந்து தன் அரிய தன்மையை நிலையுறுத்துகின் றது. எண்ணவலிவினால் எத்தனை எத்தனை நுண் பொருள்களையும் பருப்பொருள்களையும் ஆக்கிப் பயனுறச் செய்கின்றனர். மக்கள் வாழ்க்கைக்கு உலகில் முதன்மையாக வேண்டப் பெறுவது ஊண் உடை. இவைகளைப் பெறுதற்கு நிலத்தைப்

பண்படுத்திப் பயிர்செய்து விளைத்தலும், பஞ்சைக் கொணர்ந்து பரல் நீக்கிப் பஞ்சைத் தனியே யெடுத்து நூலாக்கி ஆடையாக நெய்தலும் பிறவும் எண்ணத்தின் உருவமாக அமைந்தன்றே இவ்வுலகுயிர்களை, மக்களைப் பேணிவளர்த்து வருகின்றது.

இதனானன்றோ பொய்யில் புலவராகிய வள்ளுவர்,

"எண்ணிய எண்ணியாங் கெய்துப எண்ணியார்
திண்ணியர் ஆகப் பெறின்."

"எண்ணியார் எண்ணம் இழப்பர் இடனறிந்து
துன்னியார் துன்னிச் செயின்."

"வெள்ளத் தனைய மலர்நீட்டம் மாந்தர்தம்
உள்ளத் தனைய துயர்வு."

எனப் பலபட எண்ணத்தின் நுண்மை உண்மைகளைத் திண்மைபெறப் பல்லிடங்களில் விளக்கிச் செல்வாராயினார்.

எனவே எண்ணமே உலகம்; உலகியல் என்றே கூறிவிடலாம். எண்ணமின்றேல் ஈண்டு என்னவுண்டு? ஒன்றுமின்று; எதுவும் இயங்காதன்றோ? எண்ணத்தைக் கொண்டன்றோ உலகில் எண்ணிறந்த அலுவல்களும் ஆக்கங்களும் பல்கி வளர்ந்துவருகின்றன.

யாரும் இதனானே உலகை ஆக்கலும் காத்தலும் அழித்தலும் ஒல்லும். பல்வகை உணவுப்பொருள்கள் உண்டாக்கப் பெறுகின்றன. ஆக்கம் ; அணுக் குண்டு அறியப்படுகின்றது, அழிவு. இவை எதின் விளைவு? எண்ணத்தின் விளைவு.

இந்த முறையைக் கூர்த்து ஆய்ந்து ஆய்ந்து முடிவு கண்டவர் ஜேம்ஸ் ஆலன் என்னும் மேலை நாடு தந்த பேரறிஞர். இவர் கூறுவன புதியன அல்ல; பழையனவே. பழையனவாயினும் அப்பழமையில் புதுமை கண்டுணர்வதே இன்றைய அறிஞருலகக் கடமையாகும். நல்லவை என்றும் இறவாத

புகழுடையவை; அல்லவை தேய்ந்துமாயும் தன்மையுடையவை. எனவே, நல்லவையையே இவர் பல்லிடங்களில் பல்லுருக் கொடுத்து எண்ணத்தின் முழு ஆற்றலைத் தெள்ளத் தெளிய விளக்கித் தந்துள்ளனர். இவர் தம் எண்ணத்தின் அடிப்படைக்கருத்தைத் துருவி ஆய்ந்து தம் அரிய கருத்தையும் அமைத்து இந்நூல் வடிவாகத் தந்த அறிஞர் திரு கா. அப்பாத்துரை, எம். ஏ., எல். டி., அவர்கள் ஆவார்கள். இச் சிறந்த நூலைக் கருத்தும் நற்பண்பும் என்பது முதல், அமை என்பது வரை எண்வகைத் தலைப்புகளில் அமைத்துதவி யுள்ளனர்.

இதனைத் தண்டமிழ் நன்மாந்தர் உளங்களிகூர்ந்து பயில நன்முறையில் செப்பம் செய்து வெளியிட்டுள்ளோம். ஏற்றுக் கற்று எண்ணத்தின் வலிமை திண்ணமுறச் செறிந்து உலகமாந்தரோடு உயர்ந்து சிறப்பார்களென நம்புகின்றோம்.

சைவசித்தாந்த நூற்பதிப்புக் கழகத்தார்.

தமிழ் வாழ்க!

எண்ணிய வண்ணமே

பஃறொடை வெண்பா

*வையக மெல்லாம் உருவாக்கிப் பண்ணமைக்கும்
மெய்யகம் உள்ளமே வேறில்லை ;-மெய்யகத்தே
ஆன்ற கருத்தே கருவியாக் கொண்டியக்கித்
தோன்றுபல் லாயிர இன்பதுன்பந் தோற்றுவிக்கும்
சான்ற கருத்தன் மனிதனே ;- ஊன்றி
மறைவில் அகத்துலவும் எண்ணங்கள் தாமே
நிறைவுற் றுலகில் நிகழும்- கறையிலா
ஒண்பளிங்கின் தண்ணிழல் ஒத்து.*

*“ எண்ணிய எண்ணியாங்கு எய்துப, எண்ணியார்
திண்ணிய ராகப் பெறின்.”*

- திருக்குறள்

1. கருத்தும் தற்பண்பும்

"ஒருவன் உள்ளத்தில் கருதும் கருத்து எவ்வாறு இருக்குமோ, அவ்வாறே அவனும் இருப்பான்," என்று ஒரு மூதுரை உண்டு. இது மொத்தமாக மனித வாழ்வுக்கு மட்டுமன்று. அதன் ஒவ்வொரு பகுதிக்கும் தனி நிகழ்ச்சிக்கும் பொருத்தமானதேயாகும். மனிதன் இயல்பு அவன் கருத்தைப் பொறுத்தது என்பதும், அவன் பண்பு அவன் மொத்தக் கருத்துத் தொகுதியைச் சார்ந்தது என்பதும் முழுவதும் எழுத்துக்கு எழுத்து உண்மை.

வித்தில்லாமல் செடி தோன்றாது. அதுபோலக் கருத்தில்லாமல் செயல் தோன்றுவதில்லை. வித்து வெளிப்படத் தோன்றாமல் நிலத்தில் மறைந்து கிடக்கலாம். அதுபோலக் கருத்தும் சிலசமயம் வெளிப்பட முனைப்பாகத் தோன்றாமல் மறைந்து இருப்பதுண்டு. முனைந்து திட்டமிட்டுச் செய்யப்படும் செயல்களுக்குக் கருத்து எப்படித் தூண்டுதல் தருகிறதோ, அது போலவே, "கருதாதவை," தன்னியல்பானவை என்று கூறப்படும் செயல்களுக்கும் கருத்தே மூலத் தூண்டுதல் தருகிறது.

செயல் என்பது கருத்தின் மலர்ச்சி. இன்பமும் துன்பமும் அதில் முதிரும் காய்கனிகள். அவை இனிமை பயப்பனவாகவும் இருக்கலாம். கசப்பு அல்லது இன்னாமை பயப்பனவாகவும் இருக்கலாம். இரண்டும் கருத்து விதையிட்டுப் பயிர் விளைவித்தவருடைய உழைப்பின் விளைவுகளே.

உள்ளக் கருத்தே நமைஉரு வாக்கிப்பின்
மெள்ள அதுவே நமதியல்பாம்-கள்ளக்
கருத்தின்பின் மேவும் கடும்பிணிகள் ; ஓடும்
எருத்தின்பின் சக்கரம் என்னத்-திருத்தகு

தூய கருத்தைத் தொடருமே நல்லின்பம்
சாயல் கழல்தொடரு மாறு.

மனிதன் பண்பு திடுமெனப் படைக்கப்பட்ட ஒரு குருட்டுப் படைப்பன்று. அது ஒழுங்கமைதியுடைய, ஒரு வளர்ச்சிப் பண்பு. காட்சிக்குரிய புறப் பொருளுலகில் நாம் காணும் காரணகாரியத் தொடர்பு எவ்வளவு வழுவாக் கட்டாய நிகழ்ச்சியாய் இயங்குகிறதோ, அது போலவே கண்காணா நினைவுலகிலுள்ள இப்பண்பும் விலக்கமுடியாத தனியாற்றல் வாய்ந்தது; காரண காரியத் தொடர்புக்கு உட்பட்டது. மேம்பட்ட அதாவது தெய்வத் தன்மையுடைய மனிதப்பண்பு எவர் தயவு நாடியோ அல்லது தற்செயலாகவோ வந்து கிட்டுவதன்று. நல்லெண்ணங்களின் பயனாகவும் தெய்வீகக் கருத்துக்களுடன் விடாது பழகிய நீண்ட பயிற்சியின் பயனாகவும், நீடித்த கடுமுயற்சியின் பயனாகவுமே அது தோன்றுகின்றது. இதற்கு மாறாக, குள்ளநரித் தன்மை வாய்ந்த இழிதன்மையுடைய எண்ணங்களுக்கு உள்ளத்தில் நீடித்த இடம் தருவதனால் ஏற்படும் பயனே கீழ்த்தரமான, விலங்குத்தன்மை வாய்ந்த பண்பு ஆகும்.

மனிதன் ஆவதும் தன்னாலே; அழிவதும் தன்னாலே. அவனைக் கொல்லும் கருவிகளை அவனைத்தவிர வேறு யாரும் செய்வதில்லை; அவனே செய்கிறான். தன் இன்பத்துக்கும் உறுதிக்கும் அமைதிக்குமாக வானளாவும் நன் மாளிகை கட்டும் அதே கைகளாலேயே, அவன் இவ் வழிவுக் கருவிகளையும் இயற்றுகின்றான். நினைவாற்றல்களைச் சரியாகத் தேர்ந்து எடுத்து அவற்றை வாய்மையுடன் செயல்முறைப் படுத்துவதனால், மனிதன் தெய்வப் பண்பு அதாவது முழு நிறைநலம் அடைகின்றான். அவற்றைத் தவறாகத் தேர்ந்தெடுத்துத் தீய முறையில் பயன்படுத்துவதனால் அவன் விலங்கு நிலைக்கும் கீழாக இறங்க நேர்கிறது. இந்த இரண்டு கோடிகளுக்கும் இடையே பண்பின் பலதரப்பட்ட படிநிலைகள் இருக்கின்றன. ஒரு கோடியை அணுகுந்தோறும் மனிதன் பண்புகளை ஆட்கொள்ளும் பண்பாளனாகிறான். மறு கோடியை

அணுகுந்தோறும் அவன் பண்புகளுக்கு அடிமையாகி, அவற்றால் ஆளப்படும் பண்புகேடன் ஆகிறான்.

மனிதன் எண்ணங்களின் ஆட்சித்தலைவன் மனிதனே. பண்புகளை உருவாக்குபவனும், சூழ்நிலைகளையும் நிகழ்ச்சிகளையும் ஆக்குபவனும் அவனே. தவிர, அவன் தன் ஊழுக்குத் தானே முதல்வனாகவும் அமைகிறான். இவ்வுண்மைகளைத் தற்கால மனித நாகரிகம் அணிமையில் நன்கு காட்டியுள்ளது. இவ்வகையில் இக்காலத்தில் கண்டுணரப்பட்ட உண்மைகளைவிட ஆன்மிகத்துறையின் மெய்ம்மைகளுக்குள்ளே அழகுப்பண்பும் திறமும் அமைந்த உண்மைகள் வேறு எவையும் கிடையா. இவற்றை விட மனிதவாழ்வை வருங்காலத்தில் தெய்விக வாழ்வாக்கும் பண்புகளும் மனிதனுக்குத் தன்னம்பிக்கை யும் மகிழ்ச்சியும் ஊட்டும் பண்புகளும் வேறு எவையும் இல்லை.

வல்லமை, அறிவொளி, அன்பு ஆகியவை மனிதன் உயிர்நிலைத் தெய்விகப் பண்புகள். இவற்றின் மூலமே அவன் எண்ணங்களின் இறைவன் ஆகிறான். இவற்றின் மூலமே அவன் வாழ்வின் ஒவ்வொரு நெருக்கடியிலும் நெருக்கடியின் பூட்டவிழ்க்கவல்ல ஒவ்வொரு திறவு கோலை உடையவனாகிறான். விரும்பிய விரும்பிய வகையிலெல்லாம் தன்னை மாற்றியமைக்கவும், தளராது எப்போதும் தனக்குப் புத்துயிர் ஊட்டிக்கொள்ளவும் இவையே அவனுக்கு வல்லமை தருகின்றன.

எப்போதும் எந்த நிலையிலும், மிகத்தாழ்வான அடிமைப்பட்ட நிலையிலும்கூட, மனிதன் தனக்குத் தானே முதல்வனாகத்தான் இருக்கிறான். ஆனால் அடிமைப்பட்ட நிலையில் அவன் ஒரு குடும்பத்தைத் தவறான முறையில் ஆட்சி செய்யும் அறிவற்ற மூடமுதல்வனை எப்போது ஒத்தவன். தன்னிலையைப் பற்றி அவன் சிந்திக்கத் தொடங்குகிறானோ. தன் ஆன்மிகவாழ்வினை இயக்கும் மூல ஆற்றல் எது என்பதுபற்றி அவன் எப்போது ஆராய முற்படுகிறானோ அப்போதிருந்து அவன் அறிவுள்ள

ஆட்சித்தலைவன் ஆகிறான்: அது முதல் அவன் தன் ஆற்றலை அறிவின் உதவிகொண்டு செயலாற்றுவிக்கிறான்; தன் கருத்துக்களை நற்பயன் அளிக்கும் முறையில் இயக்க முனைகிறான். இத்தகைய மனிதனையே நாம் தன்னுணர்வுபெற்ற மனிதன், தனக் சூள்ளே தன் கருத்தின் மூலமுதலைக் கண்டுணர்ந்த மனிதன் என்கிறோம். இக்காட்சி யுணர்வு முற்றிலும் தன்முயற்சி, தன்னாராய்ச்சி, தன்செயலறிவு ஆகிய வற்றின் முதிர்பயன் ஆகும்.

முயற்சியில்லாமல் எந்த நற்பொருளும் கிட்டுவதில்லை. பொன்னும் வைரமும் கடுமுயற்சியினாலேயே கல்லி எடுக்கப்படுகின்றன. அதுபோலவே மனிதன் தன் அறிவு நிலையாகிய சுரங்கத்துக்குள் ஆழ்ந்து அகழ்ந்து, தேடினாலன்றி எந்த மெய்ம்மைகளையும் கண்டு கிட்ட முடியாது. அறிவு, உணர்வு, ஆற்றல் ஆகிய மூன்றும் இத் தன்னாராய்ச்சியின் விளைவுகள். இவற்றைப் பெற அவன் தன் கருத்துக்கள் ஒவ்வொன்றின் தோற்ற வளர்ச்சி தளர்ச்சிகளைக் கூர்ந்து கவனிக்க வேண்டும். அவற்றைத் தூண்டியும் அடக்கியும் மாற்றியமைத்தும் பழக்கி, அச்செயல்களால் தன்மீதும் பிறர்மீதும், தன் வாழ்வின் மீதும் பிறர் வாழ்வின் மீதும் ஏற்படும் தாக்கு தல் விளைவுகளை அவன் கூர்ந்து கவனித்து, அவற்றின் காரண காரியத் தொடர்புகளை அறியவேண்டும். பின் இவ்வறிவை அவன் தன் வாழ்வின் ஒவ்வொரு செயலிலும், மிக நுட்பமான நாள்முறைச் செய்திகளிலும் ஈடுபடுத்திச் செயலின் பயனைப் பெருக்குவதுடன் அறிவையும் மேன்மேலும் வளர்க்க வேண்டும்.

"நாடுபவன் காண்கிறான்; தட்டுபவனுக்குக் கதவம் திறக்கப்படும்" என்ற மெய்ம்மை இம்முறையிலேயே தனிச் சிறப்புடையது. அறிவுக்கோயிலின் கதவு பொறுமை, நீடித்த பயிற்பு, இடைவிடாச் செயலுறுதி ஆகியவற்றின் பயனாகவே திறக்கப்படும்.

2. சூழ்நிலைகளை வெல்லல்

மனிதன் உள்ளம் ஒரு தோட்டத்தைப் போன்றது. அதை அறிவுடன் பண்படுத்தி ஒரு பூங்காவனம் ஆக்கலாம். அல்லது அதைக் கவனிக்காது புறக்கணித்து அதை ஒரு புதர்க்காடாக வளரவிடவும் செய்யலாம். ஆனால் எப்படியும் அது வளர்ந்தே தீரும். வளர்வது அதன் உயிர்ப்பண்பு. நாமாக நல்ல வித்திட்டுப் பேணினுல், நல்ல பயிர் விளையும். நல்ல வித்திடா விட்டால், தீய களைவித்துக்கள் தாமாக வந்து விழுந்து, களைப்பயிர் காடாக வளரும். இதுபோல, உள்ளத்திலும் நல்லெண்ணங்களையும் நற்பயிற்சிகளையும் வளர்க்கா விட்டால், தீய எண்ணங்களும் தீய வழக்கங்களும் தாமாக எழுந்து பெருக்கமடையும்.

தோட்டக்காரன் ஒருவன் எப்படிக் களைகளை நீக்கித் தான் விரும்பும் மலர்கள், கனிகளை வளர்க்கிறானோ, அது போலவே மனிதன் தன் உள்ளத்திலுள்ள களை போன்ற பயனற்ற, தவறான, தீய கருத்துக்களை ஒழித்துப் பயனுடைய நேர்மையான நல்ல கருத்துக்களாகிய மலர், கனிவகைகளை முழுநிறைவுற வளர்க்கின்றான். இம்முறையைப் பின்பற்றிச் சின்னாட்களின் அவன் தன் உள்ளத்தின் தோட்டக்காரனும் அதன் வளர்ச்சியை இயக்குபவனும் தானே என்ற உண்மையைக் கண்டுணர்கிறான். அத்துடன் தன்னுள்ளிருந்து இயங்கும் எண்ணங்களின் இயல்பமைதிகள் அவனுக்குப் புலனாகின்றன. அவற்றின் அடிப்படையில், தன் நினைவாற்றல்களும் மன ஆற்றல்களும் எங்ஙனம் தன் பண்பையும், தன் சூழல்களையும், தன் வருங்கால வாழ்வையும் மாற்றி அமைக்கின்றன என்பதை அவன் வரவரக் கணித்துக் காண்கிறான்.

கருத்தும் பண்பும் பொருண்மைக்குப் புறம்பானதோ வேறானதோ அல்ல. ஆனால் சூழல்களிடையேயும் சூழ்நிகழ்ச்சிகளிடையேயும் தான் பண்பு உருவாக முடியும்.

அவற்றினிடையேதான் அது தன்னைத் தானே உணரமுடியும். எனவேதான் ஒரு மனிதனின் புறச் சூழல்கள் எப்போதும் அவன் அகப்பண்புடன் ஒத்தவை யாக அமைக்கப்பட்டு விடுகின்றன. ஆயினும் எந்தக் குறிப்பிட்ட சமயத்திலும் புறச்சூழல்கள் மனிதன் அகப் பண்புக்கு முற்றிலும் ஒத்ததாயிருந்துவிடும் என்று கூற முடியாது. பொதுவாக மட்டுமே புறச்சூழல்களின் கூறுகள் ஒவ்வொன்றும் அகப்பண்பின் ஓரோர் உயிர் நிலைக் கூறுடன் ஒத்ததாயிருக்கும். அப்புறக்கூறுகள் மாறாதவையல்ல ; ஆனால் மாறுமுன் அவை தற்காலிகமாக அகக்கூறுகளின் வளர்ச்சிக்கு உதவுகின்றன. வளர்ந்த அகக்கூறுகள் மீண்டும் புறக்கூறுகளை மாற்றியமைத்துவிடுகின்றன, அல்லது வளர்த்துப் புத்துருவாக்குகின்றன.

வாழ்வில் மனிதன்நிலை அவன் உள்ளார்ந்த ஒழுங்கமைதியைப் பொறுத்தது. அதன் பண்பின் கட்டமைப் புக்கூறுகளாக அவன் உருவாக்கிச் சேர்த்த எண்ணங்களே அவனை அவ்விடத்தில் நிலைபெறச் செய்பவை. அதுபோலவே அந்நிலையில் ஏற்படும் ஒவ்வொரு மாறுதலும் அவன் உருவாக்கும் கருத்துக்களின் விளைவே. எனவே எண்ணங்கள் பண்பாகி, பண்பு வாழ்வாகின்றது. வாழ்வு சூழல்களை மாற்றியமைத்து உருவாக்குகின்றது. இதில் எல்லாம் இம்மியும் பிழையாத ஒரு சட்ட அமை திக்கு உட்பட்டவை. தற்செயல் நிகழ்ச்சி என்று எதுவும் இயற்கையிலும் கிடையாது; மனித வாழ்விலும் கிடை யாது. இது சூழலைத் தம் வயப்படுத்துபவர்கள் வகையில் மட்டுந்தான் சரியான உண்மை என்றில்லை. சூழல் தம் கட்டுக் கடங்காதது என்று கருதுபவர்கள் வகையிலும் இவ்வமைதி செயலில் சிறிதும் மாறுபடவில்லை.

மனிதன் இயற்கைப்பண்பு எப்போதும் வளர்ச்சியையும் முன்னேற்றத்தையும் நாடியே செல்லும் திறமுடையது. அவன் மனிதனாக வாழ்வில் நிலைகொள்வது கூட அறிய வேண்டுவனவற்றை அறிந்து அவ்வழி நின்று வளர்வதற்காகவே. சூழ்நிகழ்ச்சிகள் அவனுக்காக இவ்

வறிவைத் தம்முள் அடக்கிவைத்திருக்கும் பெட்டகங்கள். அத்துடன் அவை ஒருபோதும் நிலையாயிருப்பதில்லை. அவன் மாற்றியமைத்தாலும், அமைக்காவிட்டாலும் அவை மாறவே செய்கின்றன. புதுப்புதுச் சூழ் நிலைகள் அவனிடம் புதுப்புது அறிவை ஏந்தி நிற்கின்றன. அவற்றை அவன் அறிந்தால், புதிய சூழ்நிலைகள் தாமாக அமையும் நிலையைத் தனக்குச் சாதகமாக்கி, அவற்றைத் தன் விருப்பப்படி அமைக்கலாம். இயற்கைச் சூழ்நிலைகள் தரும் காட்சியறிவு அல்லது புலனறிவு மட்டுமன்றி அவன் மாற்றியமைக்கும் புதுச்சூழல்களும் அவன் அறிவை வளர்க்கும்.

சூழ்நிலைகளுக்குத் தான் ஆளாவதாக மனிதன் நம்பும்வரை, அவன் அவற்றால் அலைக்கழிக்கவே படக் கூடும். ஆனால் ஆக்கத்திறன் அல்லது படைப்புத்திறன் தனக்கு உண்டு என்பதை உணர்ந்து, தன்னுள் அமைந்து கிடக்கும் தன் ஆக்கத்திற்கான நிலத்தையும் விதையை யும் தான் ஆட்கொண் டியக்கமுடியும் என்று கண்டதன் பின், அவன் தன்னைத்தானே இயக்கும் தலைவனாய் அமைகிறான்.

தன்னடக்கம், தன் தூய்மைப்பாடு ஆகியவற்றில் நீடித்த பயிற்சி மேற்கொண்ட ஒவ்வொருவனுக்கும் தன் எண்ணத்திலிருந்தே சூழ்நிலைகளின் அமைதி பிறக்கின்றது என்ற உண்மை தெரியவராமலிராது. ஏனெனில் தன்னடக்கம் மனஅமைதியை உண்டுபண்ணுகிறது. சூழ்நிலையைக் கவனித்து நோக்கும் ஆற்றலை வளர்க்கிறது.எனவே, தன் மனநிலையில் ஏற்படும் மாறுபாட்டின் தன்மைக்கும் அளவுக்கும் ஏற்பத் தன் சூழ் நிலைகள் மாறியமைவதை அவன் கவனிக்கத் தொடங்குகிறான். தன் பண்புத்திறங்களின் குற்றங் குறைபாடு கண்டு அவன் அதில் விரைந்த, குறிப்பிடத்தக்க மாறு பாடுகளை உண்டுபண்ணுந்தோறும், அம்மாறுபாட்டுடன் மாறுபாடாக அவன் சூழல்களிலும் பெருத்த மாற் றங்கள் விரைவாகத் தொடர்கின்றன என்பதை அவன் காண்பான்.

ஒருவன் தன்னுள் மறைவாக வைத்துக் காக்கும் பண்புக்கூறுகளின் கவர்ச்சியாலேயே அவன் உள்ளத்தின் உயிர்நிலையாகிய ஆன்மா பெரிதும் ஈர்க்கப்படுகிறது. அது நேசிக்கும் பொருள்களும் கண்டு அஞ்சி ஒதுக்கும் பொருள்களுமே இங்ஙனம் உள்ளத்தின் மறைவில் இடம் பெறுவன. இப்பொருள்கள் தூண்டும் நல் அவாவின் அளவுக்கு ஒருவன் உள்ளம் உயர்கிறது. அதன் அச்சம், அதன் திருந்தா அவாக்கள் ஆகியவற்றின் அளவுக்கு அது தாழ்வுறுகின்றது. இருவகை அவாக் களிலும் ஆன்மாவைத் தூண்டும் அறிவுக் கருவிகளாயிருப்பவை சூழல் நிகழ்ச்சிகளே.

எண்ணங்களாகிய விதைகள் உள்ளத்தில் செப்பமுற விதைக்கப்படலாம், அல்லது அவை தாமாக அதில் விழும்படி விடப்படலாம். எந்தவகையில் நிலத்தை அடைந்தாலும் அவை வேர்க்கொள்கின்றன. வேர்க் கொண்டு அவ்வவைக்குரிய காலத்தில் அவ்வவைகள் பயன்களைத் தருகின்றன. இப்பயன்களே வாய்ப்புக்கள், சூழ்நிலைகள். நல்லெண்ணங்கள் நல்ல பயன்களை அதாவது நல்ல வாய்ப்புக்களையும் சூழ்நிலைகளையும் உண்டு பண்ணுகின்றன. தீய எண்ணங்கள் தீய வாய்ப்புக்களையும் தீய சூழ்நிலைகளையுமே தரும்.

இங்ஙனம் புறஉலக நிகழ்வுகள் யாவும் அக உலகுக்கு இணங்கவே அமைகின்றன. புறஉலகில் இன்பமுள்ள நிகழ்வுகளும் துன்பமுள்ள நிகழ்வுகளும் இரண்டும் இறுதியில் மனிதன் நலத்தையே குறியாகக் கொண்டவை. தன் பயிரைத் தானே அறுவடை செய்பவன் என்ற முறையில் மனிதனுக்கு இன்ப துன்பங்களி ண்டும் நல்லறிவு கொளுத்தும் பண்புக்கூறுகளே.

ஒருவன் உள்ளார்ந்த அவாக்கள், கருத்துக்கள், கனவார்வங்கள் ஆகியவை துப்புரவற்ற மாயமின்னொளிகளாக நின்று அவனை ஏய்க்கலாம். அல்லது உலையா நல்லொளியாக இருந்து நன்முயற்சிப் பாதையில் அவனை ஊக்கலாம்.

இவ்வொளிகளுள் எதனை இயங்க விட்டாலும் அது இயங்கவிடுபவனை இயக்குவது உறுதி. தத்தம் பயனிறைவையும் அதற்கேற்ற சூழ்நிகழ்வுகளையும் உண்டுபண்ணுவதும் உறுதி. இங்ஙனம் வளர்ச்சியோடொத்த சூழல் வளர்ச்சியும் ஒரே வளர்ச்சிச்சட்ட அமைதியின் செயல்கள் ஆகின்றன.

ஒருவன் சாராயக்கடைக்குச் செல்லுவது சாராயக் கடையின் குற்றத்தினாலன்று. அவன் உள்ளார்ந்த குடி விருப்பத்தினாலேயே. ஒருவன் சிறைக்குச் செல்வதும் அதுபோலச் சிறையாட்சி அல்லது கொடுங்கோன்மையின் குற்றத்தினாலன்று; அவன்தன் உள்ளத்தின் கீழ்த் தரமான குள்ள அவாக்கள் காட்டிய வழியில் சென்றதன் பயனாகவே. ஏனெனில் தூய உள்ளம் படைத்த எவனும் திடுமென வெளிக் காரணங்களால் குற்றத்தின் பக்கம் பாய்ந்துவிட முடியாது. குற்ற எண்ணங்கள் நீண்டநாள் உள்ளேயிருந்து குறுகுறுத்துக் கொண்டிருந்தாலல்லாமல், வெளிவாய்ப்பு ஏற்பட்டவுடனே அது பாய்ந்து அவற்றைப்பற்றிவிடாது. எனவே சூழ்நிலைகள் மனிதனை ஆக்குபவையல்ல. அவை அவன் இயல்பை அவனுக்குக் காட்டுபவை மட்டுமே.

நற்செயல்களுக்கும் சரி, தீச்செயல்களுக்கும் சரி, புறவாய்ப்புக்கள் மட்டும் போதமாட்டா. அவை இரண்டிலும் அவை வருமுன் அவற்றை எதிர்நோக்கிய நீடித்த ஆர்வமும் பயிற்சியும் இருக்கவேண்டும். புறநிகழ்ச்சிகள் இப் பயிற்சியில்லாமல் சூழ்நிலைகள் ஆய்விடமாட்டா. ஆகவேதான் மனிதன் சூழ்நிலைகளை ஆக்கும் இயல் புடையவன் ஆகின்றான். அதேசமயம் புறநிகழ்ச்சிகள் தான் அவன் உள்ளார்ந்த இயல்புகளை அவனுக்கே காட்ட வல்லனவாகின்றன. ஏனெனில் உலகவாழ்வில் தோன்றும் போதே ஆன்மாவுக்குத் தன் உள்ளார்ந்த தூய்மை, தூய்மையின்மை ஆகியவற்றுக்கேற்ற சூழ்நிலை வண்ணங்களைக் கவர்ந்தீர்க்கும் ஆற்றல் உண்டு. தடுக்கப்படாத அல்லது தடுத்து மாற்றப்படாத அல்லது

திரித்து உருவாக்கப்படாதவிடத்தில் இக் கவர்ச்சியாற்றல்கள் தக்க சூழ்நிலைகள் பெற்று வளர்ச்சியடைகின்றன.

இவ்விடத்தில் நாம் கவனிக்கவேண்டிய மற்றொரு செய்தி உண்டு. நாம் பொதுவாக விருப்பங்கள் என்று கூறுவது புறவிருப்பங்களையே. இவற்றையே நாம் பரு வடிவில் உணர அல்லது காணமுடிகிறது; இவற்றுக்கெதிரான அகவிருப்பங்கள் நம் இயல்புடன் இயல்பாக, இயல்புக்கூறுகள் அல்லது தன்மைகளாக இயங்குகின்றன. எனவே சூழல்களினிடையே நம்மைக்கவரும் தன்மையுடைய செய்திகள் நம் புறவிருப்பங்கள் சார்ந் தவையல்ல. அவை நம் உள்ளார்ந்த அகவிருப்பங்களையே சுட்டிக் காட்டுபவை. இவற்றை உணர்ந்தவனே உண்மையில் தன்னை உணர்ந்தவன் ஆகிறான். இவற்றை இயக்குபவனே உண்மையில் தன்னை இயக்குபவன் ஆவான். அடிக்கடி மனிதர் நைப்பாசைகள், அவாக்கள், பேரவாக்கள் ஆகியவை மீட்டும் மீட்டும் தடைப்பட்டு முறிவடைவதைக் காண்கிறோம். இதன் காரணம் என்ன? இவ்விடங்களில் இவ்வவாக்கள் தம் சூழ்நிலையைத் தாமே மாற்றி அமைத்து வளரத்தக்கவை என்பதே.

புறவிருப்பங்கள் மனிதன் புறமனம் அதாவது மேலீடான அறிவுநிலை சார்ந்தவை. அகவிருப்பங்களோ அகமனம் அல்லது உள்ளம் சார்ந்தவை. புறவிருப்பங்கள் போலிச்செயல் அல்லது நடிப்பையே உண்டு பண்ணும். அவை உண்மையில் மனிதனையும் இயக்காது; புறச்சூழல்களையும் மாற்றியமைக்காது. அக விருப்பம் இரண்டையும் செய்யும். அதைக் கண்டுணர்ந்து அக அறிவு அல்லது உள்ளுணர்வு மூலம் அவற்றை மாற்றியமைப்பதனால், மனிதன் தன்னையும் மாற்றியமைத்து உலகையும் படிப்படியாக மாற்றியமைக்க உதவுகிறான்.

அக விருப்பங்கள் இரண்டு வகைப்படும். பிறப்பிலேயே அல்லது இளமைப்பயிற்சியிலேயே அமைபவை சில. இவை கிட்டத்தட்ட இயற்கையின் ஆற்றல் வாய்ந்தவை.

இன்னொருவகை மனிதன் செயலறிவு மூலம் மாற்றியமைத்து நீடித்துப் பயில்பவை.

தன்னடக்க முடையவன் உள்ளுணர்வின் ஆற்றலாலும் பயிற்சியாலும் இவையும் கிட்டத்தட்ட இயற்கையாற்ற லாகத்தக்கன. அத்துடன் இயற்கையாற்றலையும் இவை நாளடைவில் மாற்றியமைக்கத்தக்கவை. பழக்கவழக்கங்கள், தோழர் கூட்டுறவுகள் ஆகியவை மக்கள் பண்பை இவ் வாற்றலாலேயே மாற்றியமைக்கின்றன. பழக்கம் இயற்கையோடொத்த இரண்டாவது இயற்கை என்ற பழமொழி எழுந்தது இதனாலேயே.

நம்மை நாமே ஆக்கும் தெய்விக ஆற்றல் நமக்குள்ளேயே இருக்கிறது. அதுவே நம் ஆன்மா. அது நம்மை விடுதலை நோக்கி இட்டுச்செல்கிறது. அதே சமயம் நம்மை அழிக்கும் அல்லது செயல் செய்யாமல் தடுக்கும் அடிமை ஆற்றலும் நமக்குள்ளேயே இருக்கிறது. அது நம் ஊழ்; நம் சிறைக்காவல். அது நம் எண்ணங்கள், செயல்கள் மூலம் நம்மைக் கட்டுப்படுத்துகிறது. எனவே மனிதன் செயல் வெற்றியடைய விரும்பினால் போதாது; தெய்வத்தை வணங்கினால் போதாது; இவை இரண்டுடன் எண்ணங்களும் செயல்களும் ஒத்து இணைந்தாலல்லாமல் வெற்றி கிட்டமாட்டாது.

சூழ்நிலைகளை ஆக்கும் ஆற்றல் இங்ஙனம் மனிதனிட மிருக்கும்போது, சூழ்நிலைகளை எதிர்த்து ஒருவன் போராடுவதாகக் கூறப்படுவ தெங்ஙனம்? உண்மையில் சூழ்நிலைகளின் காரணத்தை அகத்தே வளர்த்துக் கொண்டு, அதன் புறத்தோற்றமாகிய புறவிளைவை வெளியே எதிர்ப்பதாகத்தான் இது முடிகின்றது. இவ்விடங்களில் சூழ்நிலைகளின் அகக்காரணம் சிலசமயம் மனமாரத் தெரிந்த ஒரு குற்றங்குறையாயிருக்கலாம்; அல்லது வெளிப்படப் புலப்படாத, தன்னறிவற்ற குறைபாடாயிருக்கலாம். இக்காரணத்தை உள்ளூர வளர்த்துக்கொண்டு, புறவிளைவை எதிர்த்துத் தோல்வியடைந்து வருந்துபவன் முயற்சி, ஒருகயிற்றை இரு கால்களால் அழுத்திப்பிடித்துக் கொண்டு,

ஒரு கையால் இழுத்துவிடப் பார்க்கும் முயற்சி போன்றதாகும்.

சூழ்நிலைகளைத் திருத்தியமைக்க விரும்புபவர் பலர். ஆனால் அவர்கள் தம்மைத் திருத்திக்கொள்ள நாடுவதில்லை. அவர்கள் தளையும் அகலுவதில்லை. சூழ்நிலைகளைத் திருத்த, தன்னைத்திருத்த, தன்முனைப்புகளை ஒறுத்தடக்கத் தயங்காதவனுக்கு முடியாத செய்தி என்று எதுவு மிருக்கமுடியாது. உலகியல் வாழ்வில் பெரும்பொருள் திரட்டவிரும்பும் ஒருவன் கூட அதைப் பெறுமுன் அதற் காகப் பெருந் தன்மறுப்பு செய்தாகவேண்டும். உலகியல் கடந்த உயர்வாழ்வில் தன் சரிசமநிலை பெற விரும்புபவன் இதனிலும் எத்தனையோ மடங்கு தன்மறுப்புச் செய்வது இன்றியமையாதது என்று கூறத் தேவையில்லை.

சூழ்நிலைகளை மாற்றியமைக்காமல் வாழ்வை மாற்றி யமைக்க விரும்புபவர்களுள் மிக இரங்கத்தக்க எடுத்துக் காட்டு ஆகின்றவன் செல்வனாக விரும்பும் ஏழையே. அவன் வறுமையின் சேற்றில் உழல்கிறான். தன் வறுமைச் சூழ்நிலைகள் மாறிக் கூடும் வாய்ப்பு நலங்கள் திருந்த வேண்டுமென்பதில் அவன் எவ்வளவோ அக்கரை யுடையவனாய்த்தான் இருக்கிறான். ஆனாலும் அவன் வேலையில் கருத்துச் செலுத்துவதில்லை. தன் ஊதியம் குறைவாயிருப்பது ஒன்றைமட்டும் காட்டி வேலை முதல் வரிடம் தன் குறைபாடுகளை யெல்லாம் மறைக்கிறான். உண்மையான செல்வத்தின் தொடக்க மூலதத்துவங் களை அவன் உணர்வதில்லை. வறுமைச் சேற்றிலிருந்து விடுதலை பெறுவதற்கான தகுதி அவனுக்குச் சிறிதுங் கிடையாது. அதுமட்டுமன்று; ஆக்கத் தகுதிக்கு நேர்மாறான தன்ஏமாற்று, மடிமை, கோழைமை எண்ணங்கள் ஆகியவற்றில் உழன்று அவன் இன்னும் மிகுதியான வறுமையை வலிந்தழைத்துக் கொள்கிறான்.

மேற்கூறிய ஏழையுடன் சரிசமமாக எடுத்துக் காட்டக்கூடிய மற்றொரு பேர்வழி உண்டு. அவனே ஓயா நோய்க்காளான

செல்வன். அவன் நோய்க்குக் காரணம் பேரூணேயாகும். தன் நோயிலிருந்து விடுதலைபெற அவன் பெருந் தொகைகளை எவருக்கும் கொடுக்க அல்லது செலவழிக்க முன்வருவான். ஆனால் நோயிலிருந்து விடுதலை பெறுவதற்கான ஒரே ஒரு செயலை தன் பேரூணை நிறுத்திக்கொள்வதை - அவன் செய்வதில்லை. இயற்கைக்கு மாறுபட்ட இன்பப் பொருள்களில் உள்ள தன் அவாவை வளர்த்துக் கொண்டே, அவன் உடல் நலத்தையும் எதிர்பார்க்கிறான். உடல் நலத்தின் முழுமுதல் தத்துவத்தை அறியாததனால், அவன் உடல் நலம்பெறும் தகுதியை என்றும் அடைவதில்லை.

தொழிலாளரை உழைப்பில் ஊக்கவல்ல நல்லூதியம் தர விரும்பாமலே,ஆதாயத்தை மேன்மேலும் பெருக்க விரும்பும் செல்வனும் மேற்கூறிய இருவருடன் சேர்த்து எண்ணத் தக்கவனே யாவான். சம்பளத்தைக் குறைப்பதன்மூலம் மிகுதி ஆதாயம் பெறலாமென அவன் எண்ணுகிறான். இத்தகையவனும் ஆக்கத்தின் மூல தத்துவத்தை உணராதவன் ஆகிறான். அவன் பொருட் செல்வம் மட்டுமின்றிப் புகழ்ச் செல்வத்தையும் விரைவில் இழக்கிறான். இழந்த பின்னும் அவன் சூழ்நிலைகளைக் குறைகூறுகிறானேயன்றி, தன் நிலைக்குத் தானே மூல காரணம் என்பதை அறிவதில்லை.

மனிதன் தன் சூழ்நிலைகளுக்குத் தானே காரணம் என்பதை அறியாமல், மரத்தின் கிளையிலிருந்து கொண்டு அடிமரத்தை வெட்டுபவன் போல, நன்னோக்கங்களைப் புறமுயற்சியில் கொண்டு, தன் அகமுயற்சியால் தானே அப் புறமுயற்சியை அழிக்கிறான் என்பதற்கு மேற்கூறிய மூவரும் நல்ல சான்றுகள் ஆவர். ஒவ்வொரு துறையி லும் இவர்களைப்போலச் செயலாற்றுபவர்களைக் காண முடியும். ஆனால் எல்லாருடைய தவறும் ஒரு தன்மையனவே;காரணமாகிய கருத்தைத் திருத்துவதைவிட்டு, காரியமாகிய சூழல் மாறுபாட்டை மட்டும் திருத்தலாம் என்று அவர்கள் வீணே எதிர்பார்க்கிறார்கள்.

அகப்பண்புகளை அதாவது காரணமாகிய கருத்தை நற்பண்புகளாக்குபவர்கள் காரியமாகிய சூழல்களையும் மாற்றியமைத்து வெற்றிபெறுவார்கள். புறப்பண்புகளை அதாவது சூழல் நிகழ்ச்சிகளை மட்டும் மாற்றியமைக்க எண்ணுபவர்கள் இரண்டிலும் தோல்வியே அடைவார்கள். இவ்விரண்டும் மெய்ம்மைகள் ஆகும். ஆனால் செயலுலகில் மாறா இம் மெய்ம்மைகளை எப்போதும் எளிதில் காணமுடியாது. ஏனெனில் புறப்பண்புகள் மிகமிகப் பல. அவற்றைத் தனித்தனி பிரித்தறியக்கூட முடியாதபடி, அவை ஒன்றுடன் ஒன்று பின்னிச் சிக்கலாயிருக்கின்றன. அத்துடன் அகப்பண்புகளாகிய கருத்துக்களும் உள்ளத்தின் ஆழத்தில் வேரூன்றி நிற்கின்றன. நற்கருத்துக்களும் தீய கருத்துக்களும் அடிக்கடி ஒன்றிலொன்று மறைந்தும் உள்ளன. மக்கள் அகப்பண்பில் ஒருவருக்கொருவர் பெரிதும் மாறுபடுகின்றனர். இக் காரணங்களால் அகப்பண்புகளுக்கு உரியவரைத் தவிர மற்றவர்கள் அப்பண்புகளைச் சரிவரக் காணமுடியாது. பண்புகளை உடையவனும் தன்னடக்கமுடையவனாய் உள்முகமாகத் தன்னை ஆராய்ந்து பார்த்துத்தான் அவற்றை எளிதில் உணர்வான். இந்நிலையில் ஒரு குறிப்பிட்ட நல்ல அகட்பண்பின் பலனைப் புறப்பண்பிலோ, அல்லது ஒரு குறிப்பிட்ட நல்ல புறப்பண்பின் காரணத்தை அகப்பண்பிலோ, தன்னாராய்வில்லாமல் தொடர்புபடுத்துவது அரிது. காரணகாரியத்துடன் அகப் புறப் பண்புகளைத் தொடர்புபடுத்தியபின், அவற்றின் செயலை உடனின்று கெடுக்கிற பிற பண்புகளைப் படிப் படியாக விலக்கவேண்டும். இவ்வகை முறைகளாலேயே ஒருவன் தன் அகப்பண்பையும் புறச்சூழல்களையும் மாற்றியமைக்க முடியும்.

3. எண்ணங்களின் ஆற்றல்

வெளியுலகில் நல்லார் தீமைகளடைவதையும் தீயார் நலம் அடைவதையும் நாம் காண்பதுண்டு. நன்மை தீமை ஆகியவற்றில் இம்முரண்பட்ட தொடர்பு பலருக்கு மனக்குழப்பத்தையும் சிலருக்கு மனக் கசப்பையும் உண்டு பண்ணுவதுண்டு. மேலீடாக முரண்பாடாகக் காணப்படும் இச்செய்தி கூட "எண்ணிய வண்ணமே எல்லாம் எய்துறும்" என்ற மெய்ந்நெறிக்கு விலக்கல்ல. நல்லவர் என்று நாம் கருதும் மக்கள் நம் பார்வையில் முனைப்பான நற்குணம் உடையவர்கள் என்பதும், தீயவர் என்று நாம் கருதும் மக்கள் நம்பார்வையில் முனைப்பான தீய குணம் உடையவர்கள் என்பதும் உண்மையே. ஆனால் முனைப்பான அந்நற்குணங்களுக்கு அடியில் தீய பண்புகள் கரந்திருக்கலாம். அல்லது தீய பண்பே நற்பண்பாகப் புறத்தே தோன்றலாம். இதுபோலவே முனைப்பான தீய பண்புகளுக்கு அடியில் நல்ல பண்புகள் மறைந்து கிடக்கலாம். அல்லது நல்ல பண்பே தீய பண்பாகத் தோற்றந் தரலாம். அதாவது சமூக நற்பண்பு களுக்குள்ளே தனிமனிதக் குறைபாடுகளும் சமூகத் தீப் பண்புகளுக்கடியில் தனிமனித நற்பண்புகளும் இருந்து, சமூக வெற்றிக்கிடையே தனிமனிதத் தோல்வியையும் சமூகத் தோல்விக்கிடையே தனிமனித வெற்றியையும் உண்டு பண்ண இடமுண்டு.

நல்லார் தீமைக்கு ஆளாகும்போது, தம் நற்பண்பு காரணமாகவே தீமையடைவதாக எண்ணி இன்ன லிடையேயும் தற்பெருமையும் ஆறுதலும் கொள்வதுண்டு: உலகத்தில் தலைசிறந்த நற்பண்புடைய பெரி யார் வாழ்வில் இதைக் காணலாம். ஆனால் இதுகூட நம் பொது மெய்ம்மைக்கு மாறானதல்ல. இந்த நல்ல பெரியார்களின் நன்மையும் பெருமையும் சமூக நற் பண்புகள் மட்டுமே; தனிமனித நற்பண்புகள் அல்ல. அதனால்தான் அவை

சமூகத்துக்கு வெற்றியும் அவர்களுக்குத் தோல்வியும் ஒருங்கே தந்தன. அவர்கள் அடையும் ஆறுதலின் தன்மையும் இதுவே.

ஆனால் தீமையிடையே நல்லவர் அடையும் இந்த நல்ல ஆறுதல் உண்மையில் அதன் அடிப்படைத் தன்மையில் நன்மை, தீமை ஆகியவற்றில் தீயவர் அடையும் ஆறுதலிலிருந்து வேறுபட்டதன்று. தீயவர் நன்மை யடையும்போது தீமையே நன்மை எனத் தருக்குவர். ஆனால் அந்நன்மை அவர்கள் சமூகத் தீமையில் சார்ந்திருக்கும் ஒருசில தனிமனித நற்பண்புக் கூறுகளின் தற்காலிகப் பயன்கள் மட்டுமே. தீமையடையும்போதோ, அவர்கள் உள்ளம், அடிக்கடி தீமையிடையே நல்லார் உள்ளம் பெறும் ஆறுதலைப் போன்ற ஆறுதலையே பெறுகிறது. தங்கள் சமூகத் தீமையைத் தனிமனித நன்மையாகக்கொண்டு, அவர்களும் தங்கள் நற்பண்புக்காகத் தாங்கள் துன்பமுறுவதாக எண்ணி ஆறுதலும், சில சமயம் தற்பெருமையும்கூடக் கொள்ளுகின்றனர். இவ் வுணர்ச்சியுடையவர்களையே உலகம் தீமையில் மரத்துப் போன மக்கள் என்றும் நிலையான தீமைப்பண்புடையவர் என்றும் கொள்கிறது.

அகப்பண்புகளை விடுத்துப் புறப்பண்புகளை மட்டும் குறியாகக்கொண்டு நன்மை தீமைகளைப் பாகுபடுத்து வது தவறு என்று முன்பே காட்டியுள்ளோம். அதே சமயம் புறப்பொருள்களின் தொடர்பை அறவே விடுத்து அகப்பண்புகளை மட்டுமே குறியாகக்கொண்டு நன்மை தீமைகளைப் பாகுபடுத்துவதும் முற்றிலும் சரியன்று. ஏனெனில் நிலத்தின் தன்மை நீரிலும், மரத்தின் தன்மை பழத்திலும், வித்தின் தன்மை பயிரிலும் உள்ளவாறு விளங்குவதுபோல, அகப்பண்பின் தன்மைகள் முழுவதும் புறச்சூழல்களினாலேயே விளக்கம் பெறும்.

நல்லார் பெரியார்களுக்கு ஏற்படும் இன்னல்கள் அவர்கள் நற்பண்புகளை இல்லாதனவாக்குபவையல்ல. ஆனால் அவை அந்நற்பண்புகளில் இருக்கும் குறைபாடுகளை அல்லது

அவற்றுள் கரந்திருக்கும் அல்பண்புக் கூறுகளைக் கட்டாயம் காட்டுபவையேயாகும். எனவே தன்னாராய்வால் பொதுமனிதன் அடையும் நன்மையைப் போலவே நல்லார் பெரியாரும் நன்மையடையாமலிருக்க மாட்டார்கள். நிறை அகப்பண்பினால் சமூக நற்பண்பும் தனிமனித நற்பண்பும் முழுவதும் கைவரப்பெற்று, சமூகப் புகழுடன் தனிமனித நலமும் முற்றிலும் அடை வது முடியாத செயலன்று. அது அரும் பண்புதான், ஆனால் இல்பண்பு அன்று. அதனைச் செய்பவரே செயற் கரிய செய்யும் பெரியார் ஆவர். அவர்கள் பண்புடையவர்கள்; அதாவன சமூக நற்பண்புகள் உடையவர்கள். அத்துடன் அவர்கள் திறமையுடையவர்கள், அதாவது தனிமனித நற்பண்புக்கூறுகளும் உடையவர்கள்.

இன்னலடையும் நல்லவர்களுக்கு நேர்மாறான உள்ள மைப்புடையவர்கள் நலமடையும் தீயவர்கள். தனிமனித நற்பண்பு அல்லது திறமை அவர்களுக்கு உடனடி நலம் தருகிறது. அதில் அவர்கள் இறுமாந்து வாழ்கின்றனர். தற்காலிக நலன் என்பது சில சமயம் அவர்கள் வாழ்நாள் முழுவதும் நீடிக்கலாம். இதனால் அவர்கள் இறுமாப்பு செம்மாப்பாகிறது; தீமையே நன்மை என அவர்கள் தருக்கி விடுகிறார்கள். சமயங்கள் இத்திறத்த வரை அச்சுறுத்தவே மேலுலகம். பழிபாவம் என்ற கருத்துக்களைப் பரப்பியுள்ளன. ஆனால் தீயவர் பலர் இதனைப் பொருட்படுத்துவதில்லை. எனினும் மேலுலகம் உண்டோ இல்லையோ, இவ்வுலகத்திலேயே அவர்கள் தீமை சமூகத்தைப் பொதுவாகவும் அவர்களைச் சார்ந்த இனம், குடும்பம், நண்பர் ஆகிய அவர்கள் பற்று நலச்சூழல்களைச் சிறப்பாகவும், விரைவில் பாதிக்கிறது. நல்லவர் தீயவர் என்பதை மேலுலக வாழ்வில் காண முடியாதவர் அந்நல்லவர் தீயவர் பின்எச்சம் அதாவது பின்மரபுகளில் கட்டாயம் காணலாம்.

நன்மையடையும் தீயவர் அந்நன்மையால் மரமரப்பு அடைகின்றனர் என்றால், தீமையடையும் தீயவர் அத் தீமையால் அதைவிட மிகுதியாக மரமரப்பு அடையக் கூடும். இது தீமையடையும் நல்லார் அடைகின்ற ஆறுதல் அல்லது

தன்னிறைவு போன்றதென்று மேலே காட்டினோம். தீமையடையும் நல்லவர் தாம் அழிந்தும் உலகைத் திருத்திவிடக்கூடும் என்றால், தீமையடையும் தீயாரும் இம்மனப்பான்மையை வளர்த்தபின், தம் தீமையைப் பன்மடங்கு பெருக்கிச் சமூகத்தின் மேல் ஏற்றி விட்டுச் செல்லமுடியும். தீயவரை இந்த எல்லைக்குச் செல்லும்படி சமூகம் ஒருநாளும் விடக்கூடாது. னும் கடுந்தண்டனைகள் மூலம் சமூகம் இச்செயலையே செய்கிறது; ஏனென்றால், இத்தண்டனைகள் தண்டனை யடைந்தவனைப் பாதிப்பதன்றி, அதைவிடப் பன்மடங் காகத் தண்டித்த சமூகத்தையே பாதிக்கிறது. கொலைஞனுக்குக் கொலைத் தண்டனை, பழிக்குப்பழி, பகைமைக்குப் பகைமை என்ற பழைய உலகநீதியின் கேடு இது-

இன்றும் இந்நீதி உலகில் முற்றிலும் அகலவில்லை. உலகில் அழிவுற்ற நாகரிகங்களின் வரலாற்றை ஆராய்ந்தால், அவற்றின் அழிவுக்காரணங்களாகிய பண்புக் கூறுகளுள் இதுவும் ஒரு முக்கியமான கூறாயமைந்திருப்பது காணலாம். இப்பண்புகள் முனைப்பாகவிருக்கும் நாகரிகங்கள் இன்றும் அழிந்துவரும் நாகரிகங்களே என்னலாம்.

நம் உள்ளார்ந்த நற்பண்பின் பயனாகவேதான் இன்னல் அடைகிறோம் என்று ஒரு மனிதன் நம்புவதற்கு முன், அவன் தன் உள்ளமைப்பை நன்காராய்ந்து, அதன் தீய பண்புக் கூறுகளைத் துருவித் தேடி அகற்ற அரும்பாடுபடவேண்டும். தூய்மையற்ற எண்ணங்களின் தூசு, நோயுற்ற கருத்தின் ஒரு நுண்பொடி, கடுகளவேனும் சிறுத்த மனக்கசப்பு ஆகிய எதுவும் இல்லை என்ற உறுதி ஏற்பட்ட பின்பே அம்மனப்பான்மை கொள்ளத் தகும். ஆனால் அப்போதும் அவன் சமூகப் பண்பின் உச்ச உயர்வை எண்ணித் தனிமனிதப் பண்புகளில் சிலவற்றைப் புறக்கணிப்பவனேயாக முடியும். ஆயினும் மனமாரத் தெரிந்து பொதுப்பண்புக்காகத் தனிப்பண்பை விட்டுக் கொடுப்பவனை நாம் தன்மறுப்பாளன் என்று போற்றுதல் தக்கதென்பதில் ஐயமில்லை. அவ்வுச்ச உயர் திறமுடையவனை மனிதன்

என்பதைவிடத் தெய்வம் என்று கருதுவதே சால்பு. ஏனெனில் அது அத்தனை உயர்வும் அருமையும் உடையது. அந்நிலையை அடைந்துவிட்டோம் என்று எவரும் எளிதாகக் கொள்ளுதல் மட்டும் அருமையினும் அருமையாதத்தான் இருக்கவேண்டும். ஏனென்றால் தகாதவரும் அங்ஙனம் எளிதில் ஆராயாமல் கருத்தில்கொண்டு தருக்க இட மேற்பட்டுவிடும்.

நல்ல எண்ணங்களும் கருத்துக்களும் நன்மையே பயக்கின்றன என்றும்; தீய எண்ணங்களும் கருத்துக்களும் தீமையே தருவன என்றும்; புறஉலக இயற்கையைப் போலவே, அக உலக இயற்கை அல்லது ஒழுக்க முறையும் மாறாச்சட்ட அமைதிக்கு உட்பட்டதென்றும் விளக்கமாகக் காட்டிவிட்டோம். வெளிஉலகில் இயற்கையின் சட்டங்களை உணர்பவன் இயற்கையை அடக்கியாண்டு வானிற் பறக்கவும், கடலில் மூழ்கிச் செல்லவும், அணுவைப் பிளக்கவும், தொலைப் பேச்செழுப்பவும் தொலைக்காட்சி காணவும் ஆற்றல் பெறுவதுபோல, அக இயற்கையின் சட்டங்களை உணர்பவனும் மக்களால் செயற்கரிய காரியங்களை எளிதில் செய்பவன் ஆகிறான்.

இன்ப துன்பங்கள் யாவும் எய்துபவர் எண்ணிய வண்ணமே யன்றி வேறன்று. ஆனால் எண்ணுபவர் திண்ணிய எண்ணம் உடையவராயிருத்தல் வேண்டும். எல்லார் எண்ணங்களிலும் திண்ணிய கூறும் உண்டு. திட்பமற்ற கூறும் உண்டு. முந்திய கூறு இன்பத்தையும், பிந்திய கூறு துன்பத்தையும் தருகிறது. முன்னது நாடிய பயன் தருகிறது; பின்னது எச்சரிக்கை தருகிறது; ஆனால், சூழல்கள் பற்றிய மட்டில், இரண்டு கூறுகளிலும் மிக முக்கியமானது பிந்தியதேயாகும். ஏனென்றால் அது புத்தறிவைத் தந்து இன்பநிறைவுக்கு வழி காட்டுகிறது. உள்ளத்தில் பண்புகளின் இணக்கமாகிய நல்லிசைக்கு அது வழிசெய்கிறது.

புறச்சூழல்களை ஒருவன் அகப்பண்புகளால் மாற்றி யமைக்கவேண்டுமென்று கூறும்போதும், அகத்தைப்

புறத்தின் உடைமையாளாக்க வேண்டுமென்று கூறும் போதும், நாம் உலகியல் முறையில் செல்வ உடைமைகளைக் குறிக்கவில்லை. எவ்வளவு செல்வமுடையவனாயினும் ஒருவன் அகப்பண்பின் செல்வன் ஆகமாட்டான். அது ஒரு தனிச்செல்வம். புறச்செல்வத்தில் பற்றுடையவன் அதற்கு அடிமைப்பட்டவனேயன்றி, அதன் இறைவன் ஆகான். புறச்செல்வத்தை ஆள்பவன் என்பவன் அதனிடம் பற்றுக்கொள்வதையோ, அதை அடைவதையோ. பெருக்குவதையோ விட அதைப் பயன்படுத்தி இயக்குவதையே பெரிதாக எண்ணுவான். ஏனெனில் எவ்வளவு குறைந்த செல்வம் ஒருவனுக்கு இருந்தாலும் அதை நன்கு பயன்படுத்தி, அதன் பற்றற்று வாழ்ந்தால், அத்தகையவன் உள்ளத்தில் அகப்பண்புகளின் இசை நிலவும். செல்வப்பற்றுடையவனாய், அதனை ஈட்டுவதிலும் பெருக்குவதிலும் ஈடுபட்டவன் உள்ளத்தில் இவ் அக இசைக்கு மாறாக அக முரண்பாடே மிகுதியாயிருக்கும்.

செல்வத்தில் தற்பற்றற்று அதன் பயன்நோக்கி அதனை ஈட்டி இயக்குபவன் உலகநோக்கில் மட்டுமன்றி அகநோக்கிலும் செல்வனாவான். அதேசமயம் தற்பற் றற்றவனிடம் வறுமைகூட அவனது அகச்செல்வமாகிய செவிலியை ஒருசிறிதும் ஊறுபடுத்த முடியாது.

உண்மையான செல்வம் அகச்செல்வம். அது போல உண்மையான வறுமை அகவறுமையே. இவ்வறுமையின் இருவகைகளையே அகச் செல்வமற்ற ஏழையும் செல்வரும் ஏற்றுக்கொள்கின்றனர். ஏழையின் அக வறுமை மடிமை என்றும் செல்வரின் அகவறுமை மடிமை என்றும் உலகில் வழங்குகின்றன. இரண்டும் இயற்கைக்கு மாறான அகக் குழறுபடியின் விளைவுகள். மிடியன் புறவறுமையை வெறுத்தாலும் அதை நீக்கும் முயற்சிகளிலீடுபடாமல் அகவறுமையையும் விலைக்கு வாங்குகின்றான். செல்வத்தினிடம் அவன் கொள்ளும் மட்டிலாப்பற்றும் அங்கலாய்ப்பும் காரணமாக அவன் மனிதரையும் மனிதப் பண்புகளையும் வெறுக்கிறான். வெறுப்பு வெறுப்பை

வளர்த்து, ஏளனத்தை உண்டு பண்ணுகிறது. மடியனோ தன் செல்வத்தின் உண்மைப் பயனறியாமல், சோம்பல் வாழ்விலும் மட்டற்ற இன்ப வாழ்விலும் அதை ஈடுபடுத்தித் தன்னை விலங்காக்கிக் கொள்கிறான். உடல்நலம், உளநலம் ஆகிய இரண்டும் அவனை விட்டகல்கின்றது. அவன் புறச்செல்வம் அவனைப் புதைக்கும் செல்வமாகவே அமைகிறது.

நல்வாழ்வை ஒழுங்குபடுத்தும் உள் அமைதிப் பண்பைக் கண்டபின்பே மனிதன் மனிதனாகிறான். அவ் வமைதிக்கேற்பத் தன் உள்ளத்தையும் வாழ்வையும் அமைத்துக்கொண்ட பின், அவன் தன் வாழ்வின் குறை பாடுகளுக்காக எதையும் அல்லது எவரையும் குறை கூற வேண்டிய நிலை ஏற்படுவதில்லை. தன்னை வளர்த்துத் தன் சூழலையும் வாழ்வையும் வளர்ப்பதுடன் நில்லாமல், அவன் பிறருக்கும் வளர்வதற்கான, சூழல்களை அமைத்து வழிகாட்டுகிறான். ஓருடலில் வளர்ந்து அதைக்கூட இயக்கமாட்டாது அதற்கு அடிமைப்படும் மாவிலங்குகளையும் மனித விலங்குகளையும் போலன்றி, அவன் தன்னுடலையும் பிற பல உடலங்களையும் உயிர்களையும் வாழ்வுகளையும் இயக்கி, இயற்கையின் செல்வனாகவும், உலகின் ஒரு சிறிய இறைவனாகவும் இயங்குகின்றான். அவன் கருத்தும், வாழ்வும் இறைவன் எல்லையாகிய முழுநிறை செம்மையை நோக்கி என்றும் வளர்ச்சியுறுகின்றன.

அமைதியே இயற்கையின் உயிர்: நேர்மை வாழ்வின் உயிர்நிலை. இரண்டும் சேர்ந்ததே உலகின் ஒழுங்கு. அகப்பண்புகள் இந்நேர்மையுடன் ஒத்து நின்றால்.உயிர் வளர்ச்சிபெறும். அதனுடன் முரணினால், அழிவுநோக்கிச் சென்று அலமரும். அமைதி, ஒழுங்கு ஆகியவற்றின் முழுநிறை தொகுதியே கடவுள். அதற்கு வழிகாட்டும் நேர்மையே கடவுள் நெறிஅல்லது சமயம். உள்ளப் பண்புகளும் அப்பண்புகளின் நல்லிசைவும் இவ்வழியில் உள்ளத்தை உய்க்கும் ஆற்றல்களே.

உள்ளத்தின் கருத்துக்களை ஒருவன் பிறரிடமிருந் தும் மறைக்கலாம். தன்னிடமிருந்துங்கூட மறைக்கலாம். ஆனால் அது வாழ்வில் மறைந்திராது. அது கட்டாயம் செயலாக உருவாகித்தீரும். செயலிலிருந்தே ஒருவன் உள்ளத்தின் கருத்தமைதிகளை ஆராய்ந்து அதனை உலகின் ஒழுங்கினுடன் இணைக்கமுடியும். புற உலகில் இயற்கை தன் அமைதியைத் தானே காக்கிறது. இயற்கையின் ஒரு பகுதி அவ்வியற்கை அமைதியை மீறினால், அடுத்த பகுதியிலும் அமைதி மீறப்படும். ஆனால் அக்குழப்பத்தால் மீண்டும் அமைதி ஏற்பட வழி பிறக்கிறது. எனவே இயற்கையில் நாம் "குழப்பம்' என்று கூறும் நிலைகள்கூடக் குலைந்த அமைதியின் சரியீடேயன்றி வேறல்ல.

எனவே, மனிதன் அகப்பண்புகள் இயற்கையின் புறப்பண்புகளுக்கு. ஒத்திராவிட்டாலும், இயற்கை அதிலும் ஒப்பீட்டைச் செய்தே தீரும். அகப் பண்புகளுக் கேற்ற புறப்பண்புகளை அது மாற்றியமைத்து, அகத்தின் மாறுதல் அல்லது வளர்ச்சிப் பண்பை அதாவது உயிர்ப்பண்பை நலிவிக்கும். இந்நிலை ஏற்பட்டால், அறிவுப் பண்புடையவர் புறச் சூழலமைதியறிந்து அதனை அகப்பண்புகளின் மூலம் இயக்கவேண்டும். உயிர்கள் யாவுமே இப்பண்புக்குரியவை. அறிவுடை உயிராகிய மனிதன் இங்ஙனம்மற்ற உயிர்களின் செயல்தாண்டி இயற்கையை இயக்கமுடியும்.

தீய கருத்துக்கள் தீய பழக்கங்களையும் நற்கருத்துக்கள் நல்ல பழக்கங்களையும் படிய வைக்கும். பேரூண், மயக்கக் குடி, மட்டிலின்ப நுகர்வு ஆகியவை முன்னைய வகை சார்ந்தவை. இவற்றால் உடல்நலிவு, நோய், இளமையில் முதுமை ஆகியவை வந்தெய்தும். மேலும் இவை மனிதன் பிறருடன் கொள்ள வேண்டிய அன்புப் பாச இணைப்பைக் கெடுத்து, வெறுப்புச் சூழலை உண்டு பண்ணும். இவற்றின் எதிரொலியாக அகத்தே அச்சம். ஐயம், கோழைமை, உறுதியின்மை, ஆகிய வேறும் தீய கருத்துக்கள் ஏற்பட்டு, அவற்றின்பயனான சூழல்களும் பெருகும். நற்கருத்துக்கள் இவற்றுக்கு நேர்மாறான இன்சொல், நயநாகரிகம்,

அன்பாதரவு ஆகிய செயல்களையும் சூழல்களையும் கருத்துக்களையும் வளர்க்கும்.

தீய கருத்துக்கள் பிறரிடமும் தீயகருத்துக்களைத் தூண்டிப் பகைமையை வளர்க்கும். அவற்றை ஒழித் தால் எங்கும் நட்பும், நட்புச் சூழலும் பெருகுவது காணலாம். ஏனெனில், ஊழ் என்பது அவன் சூழலின் சூழ் ஆற்றல். அதனை ஆக்குவது நன்மை தீமைப்பண்புகளுக் குரிய கருத்துக்களே. தன் கருத்தை இயக்குபவன் இதன் மூலம் தன் ஊழைத் தானே ஆக்கி ஊழை வென்றவன் ஆகிறான். தன் ஊழைத் தான் ஆக்குபவன் ஒருவகையில் தன் உலகத்தைத் தானே படைப்பவன் ஆகிறான்.

விரும்பிய நிலையே வரும் பிறிதிலையே ;
பொருந்துறு சூழலின் பொறுட்பெதும் இலையே;
வருந்துவர் சூழலை ஊழெனக் கொண்டவர்;
திருந்திய பண்பினர் கொளார் அதன் விலையே !

காலமும் இடமும், சூழலின் மடமும்,
மாலுற அடக்கி ஆண்டிடும், பண்பே !
ஆலித் தரற்றும் ஊழதன் அடமும்,
காலுற மடக்கிக் கொளும்அதன் பணியே!

மாளா உயிரின் தாளாம் உறுதி
கேளாக் கொள்ளாப் பொருளிலை உலகில்;
நாளால் எந்தத் திண்ணிய தடையையும்
வாளால் என்னத் துளைத்திடும் அதுவே!

மட்டிலா விரைவில் முட்டிடா தொழிக!
கட்டிநெய் உருகக் காத்திடல் நலமே !
கட்டளை வல்ல கருத்தெழுந் திடினே,

தட்டற வானமும் தாளுற வருமே !

4. உளநலமும் உடல்நலமும்

உடல் உள்ளத்தின் பணியாள்; உள்ளம் உடலின் பணியாளன்று. உள்ளம் கிளர்ந்தெழுந்து செயலாற்றும் போதும் சரி, தன்னியல்பாக இயங்கும் போதும் சரி, உடல் அதன் வழியேதான் நிற்கும். ஒழுங்கமைதி மீறிய எண்ண அலைகளுக்கிணங்கி உடல் நோவும் நலிவும் அடைகின்றது. ஒழுங்கமைதி வாய்ந்த கருத்துக்களே உடல்நலம், இனநலம், அழகுநலம் ஆகிய மூவகை நலங்களையும் உடலுக்கு அளிக்கின்றது.

மற்ற எல்லாச் சூழல் நிகழ்வுகளையும்போலவே நோயும் உடல் நலமும் கருத்தில் கருக்கொண்ட நிகழ்வு களே. நலிவுற்ற எண்ணங்கள், உணர்ச்சிகள், நோயுற்ற உடல் மூலமாகவே புறந்தோன்றுகின்றன. துப்பாக்கிக் குண்டுகள் ஒருவனைக் கொல்வதுபோலவே அச்ச எண்ணங்களும் மனிதனைக் கொல்வதைக் காணலாம். துப்பாக்கிக் குண்டுகள் எப்போதும் எல்லா மனிதரையும் கொல்வதில்லை. அச்சம் எப்போதும் எத்தனையோ பேரைப் படிப்படியாகக் கொன்று கொண்டு வருகிறது. நோய் அச்சம் நோயைத் தருகிறது. அதை வளர்க்கிறது. கவலைகள் உடலைக் கரைக்கின்றன. இவை நோய்க்கு வாயில் திறந்து வைப்பதுடன், உடலில் குடியிருக்கவும் வளரவும் வகைசெய்து கொடுக்கின்றன. துப்புரவற்ற கருத்துக்களோ நரம்புமண்டலத்தைத் தாக்கி அதிர்ச்சி யுறச்செய்து, அதன் மூலம் உடல்நிலை முழுவதையும் கெடுக்கிறது.

உடல் புறத்தே கெட்டிமையுடையதாகத் தோற்றுகிறது. ஆனால் உண்மையில் அதனினும் நொய்ம்மையும், தொய்வும், களிமண்போன்ற குழைவும் உடைய இன்னொரு பொருளைக் காணமுடியாது. ஏனெனில் அது கண்காணா எண்ண அலைகளின் ஒவ்வொரு இயக்கத்திற்கும் இசைந்து இழைந்து இயங்குகின்றது. மட்பாண்டங்கள் செய்பவன்

கலையுள்ளத்தின் ஒவ்வோர் அசைவும் அவன் கையை இயக்கிக் களிமண்ணில் படிவதுபோல, உள்ளத்தின் ஒவ்வொரு கருத்தசைவும் நரம்புகளின் மூலமாக இயங்கி உடலை உருவாக்கி, உடற் பண்புகளை வளர்க்கின்றன. எனவேதான் நற்கருத்துக்கள், நல்லுணர்ச்சிகள் உடல் நலத்தையும், அல்கருத்துக்கள், அல்லுணர்ச்சிகள் உடல்நலிவையும் நோயையும் உடற் கோளாறுகளையும் உண்டு பண்ணுகின்றன.

துப்புரவற்ற கருத்துக்கள் நெஞ்சத்திலிருந்து துப்புரவற்ற நீலநிறமான நச்சுக்குருதியை நரம்பு நாடி களில் ஓடவைக்கிறது. தூய எண்ணங்கள் உடலில் துப்புரவான குருதியை ஓடவைத்து, உள்ளத்தையும் வாழ்வையும் ஒருங்கே வளர்க்கின்றன. வாழ்வின் ஊற்றா கிய எண்ணங்கள் தூயவையானால், வாழ்வுமுழுவதுமே இங்ஙனம் தூய்மை அடைகின்றது.

உள்ளக்கருத்தை மாற்றாத நோயாளி உணவு முறையை மாற்றியும் பயனில்லை. மருந்து உட்கொண்டும் பயனில்லை. அவை செயலாற்றமாட்டா. ஆனால் கருத் துக்கள் தூயன ஆக்கப்பட்டால், மருந்து தேவைப் படாது. உணவே மருந்தாயமையும். ஏனெனில் தூய கருத்துடையவன் துப்புரவற்ற உணவில் நாட்டமே செலுத்தமாட்டான். நல்லுணவு கொள்பவனுக்கு அதனின் வேறாக நன்மருந்து பிறிது எதுவும் வேண்டாம்.

நோயகற்றும் மருந்தும் உண்டு. நோய்வராமல் தடுக்கும் நன்மருந்தும், உடல்நலம் வளர்க்கும் மருந்தமுதும் உண்டு. நற்கருத்துக்கள் இத்தகைய நன் மருந்தாகவும், மருந்தமுதமாகவும் இயங்குகின்றன. ஏனெனில் அவற்றின் துப்புரவு துப்புரவான பழக்க வழக்கங்களை உண்டு பண்ணுகிறது. ஞானியருள் குளிப்பும் முழுக்கும் துறந்த ஞானியர் உண்டென்று கேள்விப் படுகிறோம். உண்மையில் இது ஞானியர் இலக்கணமேயல்ல. உள்ளந் தூய்மையாயிருப்பவன் புறத்தூய்மையை வெறுப்ப

வனாயிருக்க மாட்டான். அதேசமயம் அவன் புற அழுக்கைக் கழுவுவதுடன் நில்லாமல், அகஅழுக்கை யும் தூய எண்ணங்களால் கழுவி, அகமும் புறமும் துப்புரவுடையவன் ஆகிறான். நோயணுக்கள் மட்டு மின்றி நோவணுக்களும் அவனை அணுகமாட்டா.

நீ உன் உடலைப்பாதுகாக்க விரும்பினால், உன் உள்ளத்தைக் காத்துப்பேணு.உன் உடலைச் செம்மையுறச் செய்ய வேண்டினால், உன் உள்ளத்தை ஒளி திகழச் செய். வன்மம், அழுக்காறு, மனக்கசப்பு, சோர்வு ஆகியவை உள்ளத்தில் ஒளி மழுக்கி உடலின் நலத்தையும் செவ்வியையும் உருக்குலைக்கும். யாரிடமாவது நீ தூங்கிய அல்லது வீங்கிய அல்லது ஏங்கிய முகத்தைக் கண்டால், அது அம்முகத்தின் இயல்பு என்று ஒரு போதும் கருதிவிடாதே. அது தற்செயலாக நேர்ந்தது என்றும் எண்ணவேண்டாம். எண்ணத்தின் தூக்கம், வீக்கம், ஏக்கம் ஆகியவற்றாலேயே அந்நிலை ஏற்பட்டது என்று திட்டமாக உணரலாம். முகத்தில் சுரிப்பும் சுளிப்பும் கண்டால், அவை முதுமை அல்லது துன்பத்தின் சின்னங்கள் என்று கருவேண்டா. அவை உண்மையில், மடமை, தன்னடக்கமின்மை, இறுமாப்பு ஆகியவற்றின் அடையாளங்கள் என்று அறிக.

சிறுமிக்குரிய ஒளி திகழும் நன்முகம் உடைய தொண்ணூற்றாறு வயதுடைய மூதாட்டி ஒருவரை நான் அறிவேன். நடுத்தரவயது செல்லாமுன்பே நெரித்துச் சுரித்து அருவருக்கும் தோற்றமுடைய முகங் கொண்ட ஒருவரையும் அறிவேன். முன்னது எப்போதும் மகிழ்ச்சி குலாவும் இனிய பண்புக்குச் சான்று; பின்னது ஆரா ஆவல், தங்கு தடையற்ற உணர்ச்சிக் கொம்மாளம் ஆகியவற்றின் பழிச்சின்னம்.

வாழும் மனையின் வாழ்வுநலம் பெருக்கவேண்டுமானால், அதன் வாயில்களும் பலகணிகளும் காலதர்களும் தங்குதடையற்ற காற்றோட்டத்துக்கும் வெளிச்சத்துக்கும் வகை செய்வனவாயிருக்கவேண்டும். அது போலவே உயிர்வாழும் உறையுளாகிய உடல் நலமுடையதா

யிருக்கவேண்டுமானால். அது மகிழ்ச்சியும் நல்லெண்ணமும் அமைதியும் தன்னூடாக உலவ விடத் தக்கதாயிருத்தல் இன்றியமையாதது.

கருத்து எத்தனை இளமையுடையதாயிருந்தாலும் முதுமையின் கடுமூப்பு இதில் சுரிப்புக் கொண்டு வராமலா இருக்கும் என்று யாரேனும் வினவுதல் கூடும். ஆம். முதுமையின் மூப்பு எப்படியும் கரிப்பைக் கொண்டு வரக்கூடும். ஆனால் தூய்மையான உறுதியான நல்லெண்ணம் கொண்டவரும், எல்லாரிடமும் பரந்த உள்ளன்பு கொண்டவரும் மூப்பிலடையும் சுரிப்புக்கும், மீச்செலவுணர்ச்சிகளால் காலங் கடந்துவரும் சுரிப்புக்கும் யாரே வேறுபாடறிய முடியாதவர்? முன்னது நல்லிலை யின் பழுப்பையும் நற்கனியின் கனிவையும் முற்றிய பயிரின் மணத்தையும் போல இனிமை பயப்பது. அது இளமைநலத்துடன்கூடப் போட்டியிடத் தக்க முதுமை நலம். பின்னது காண்பவர்க்கு அதனையுடையவர் துன்பத்தினும் மிகுதி துன்பந்தருவது.

நேர்மை, அன்பு, தூய்மை ஆகிய நற்பண்புகளின் தோழமையுடன் வாழ்ந்தவரின் முதுமை இளமையிலும் காணமுடியாத மூதமைதியுடையது. அது படி ஞாயிற்றின் மாலைச்செவ்வான வண்ணத்தின் பண்ணமை வுடையது.

அண்மையில் ஒரு மெய்யறிவாளரின் இறுதி ஓய்வை நான் கண்ணுற நேர்ந்தது. அவர் வயதில்தான் முதுமை அடைந்திருந்தார். தோற்றத்திலன்று. அவர் மாள்வின் அமைதிநலம் வாழ்வின் அமைதிநலத்துடன் போட்டி யிடுவதாயிருந்தது. முன்னதன் இனிமை பின்னதன்னிமையிற் சற்றும் குறைபடவில்லை. பெரும்பாலும் சாவுக்காட்சியைக் காண்பவர் எவரும் தம் சாவை நினைத்து வருத்தத்தின் சாயல் அடையாமல் இருப்ப தில்லை. ஆனால் அப்பெரியார் மாள்வில் நான் அடைந்த உணர்ச்சி இதுவன்று. அது இதனின் வேறான பல உணர்ச்சிகளின் கூட்டமைதியாயிருந்தது. அவர் மாள் வின் நலத்துக்கு முன் நான் என் வாழ்வுநலத்தை

ஒப்பிட்டு வெட்கமடைந்தேன். என் வாழ்க்கைப் பண்பை உயர்த்தி அத்தகைய மாள்வு நலம் பெறவேண்டும் என்ற அவாவே என் மனத்தில் முனைப்பாயிருந்தது. அத்துடன் இத்தகைய பெரியார் வாழ்வுக்கும் மாள்வுக்கும் உரிய உலகம் பெருமையுடையது என்ற எண்ணமும், அத்தகைய உலகில் அவருடன் வாழ்ந்து அவர் வாழ்வு மாள்வுகண்டு பயன்பெறும் பேறும் எனக்குக் கிட்டின என்ற தன் னிறைவும் என்னிடம் நிலவின.

உடலுரிமையால் வரும் இயற்கைத் துன்பங்களில் கூட உள உரிமையால் பெறத்தகும் நல்லுவகை யுணர்ச்சியைப் போல நோவகற்றும் நன்மருத்துவனும் ஆறுதலளிக்கும் நல்ல நண்பனும் வேறு கிடையார். அவ் வுணர்ச்சியால் நோவு நொம்பலங்கள் சிதறடிக்கப்படுகின்றன; நோவு எண்ணங்கள் அகற்றப்படுகின்றன. துன்பத்தினும் கொடியன துன்பத்தின் சாயல்களான தீயுணர்ச்சிப் படலங்கள். ஏனெனில் அவை இயற்கைத் துன்பத்திலிருந்து செயற்கைத் துன்பங்களை வித்திட்டு வளர்ப்பவை. சிலசமயம் இக்களைப்பயிர் தன்னைத் தானே பெருக்கி நிலையாகத் தழைத்து இன்பங்களையும் இன்பங்களுக்குக் காரணமான நல்லெண்ணங்களையும் நிலையாக ஒதுக்கித் தடுத்து வைத்துவிடும். இந்நிலையில் மனிதன் ஓர் அழுகை வேதாந்தியாகிறான். கண்டதிலெல்லாம் ஐயமும் வெறுப்பும், அச்சமும் அழுக்காறும், சினமும் வன்மமும் கொண்டு தன் வாழ்வைத் தானே மீளாப் பழிக்கூடம் ஆக்கிக்கொள்கிறான்.

துன்பத்தில் அமைதியும் உவகையும் துன்பந்தடுப்பதுடன் நில்லாமல், துன்பம் இங்ஙனம் படிந்து தோய்ந்து பெருக்கமுற்றுத் துன்பப் படலங்களாக வாழ்க்கை வானத்தை மறைக்காமல் காக்கின்றன. நீடித்த நல்லெண்ணமும் அன்பும் துன்பத்திரையை விலக்குவதுடன் அமையாது, இன்பப் பண்ணையின் வாயிலும் கடந்து பேரின்பக்கோயிலுக்கு இட்டுச்செல்லும். அவற்றை உடையவனை மட்டுமன்றி அது அவன் சூழ லையும் உயர்வுபடுத்தி அவன் காற்சுவடு பட்ட இடத்தையும் பொன்னியல்புடைதாக்கும்.

5. எண்ணமும் நோக்கமும்

கருத்துச் செயலுருவாகி நிறைவெய்த வேண்டுமானால், அது கருத்தாக மட்டும் நின்றால் போதாது. கருத்துடன் நோக்கமும் இணையவேண்டும். கருத்தையும் செயலையும் அறிவுடைக் கருத்தாகவும் அறிவுடைச் செயலாகவும் ஆக்குவது இந்நோக்கமே. மிகப் பெரும் பான்மையான மக்கள் நோக்கமில்லாக் கருத்துடையவர்கள். வாழ்க்கையென்னும் அகன்ற கடற்பரப்பில் இத்தகைய கருத்து, மீகாமனும் பாயும் இல்லாது நெறியற்று மிதந்து தத்தளிக்கும் மரக்கலம் போல அலைக்கழி வடையும். அது செயல்நிறைவு என்னும் கரையில் பயன் என்னும் துறைசென்று சேர்வதரிது. மேலும் நெறியில்லாது எல்லையில் காலம் மிதக்கும் மரக்கலத்துக்குக் கடலில் ஏற்படக்கூடிய இடையூறுகளுக்கு எல்லையிராது. அவற்றிலிருந்து விலக முயற்சி செய்யும் மீகானில்லாமல் அது அவற்றால் அழிவுறுதற்கே காத்திருக்கநேரும். நோக்கமற்ற கருத்தும் இதுபோல நெறி கெட்டலைவதால், இடையூறுகளின் மீதே குருட்டுத் தனமாகத் திரியும். இதனால் வாழ்வின் தோல்விகளுக் குரிய காரணங்களுள் மிக முக்கியமானது நோக்கமில்லா மையே. அதனினும் பெரிய குற்றம் எதுவும் கிடையாது.

சிலரிடம் நோக்கங்கள் பலவாயிருக்கும். அவற்றை ஒழுங்குபடுத்தி ஆட்கொள்ளும் வாழ்க்கையின் தலை நோக்கம் இராது. மீகாமனில்லாது பாய்கள் மட்டும் உள்ள மரக்கலம்போல, அது வீசுகின்ற ஒவ்வொரு காற்றின் போக்கிலும் சென்று சீரழியும். நோக்க மில்லாத வாழ்வைவிட இவ்வாழ்வின் அலைக்கழிவு மிகப் பெரிது. மேலும் முன்னதைவிட அது பேரளவில் இடையூற்றுக்கு ஆளாக வேண்டியிருக்கும். ஒரு நோக்கத்தை இன்னொரு நோக்கம் தடுத்துக் கெடுப்பதால், அவர்கள் வாழ்வு முழுவதிலும் பற்பல சின்னஞ்சிறு நச்சுத்தடைகள், அச்சங்கள்,

பொருமல்கள், தொல்லைகள், ஆற்றாமைகள் ஏற்படும். இவையனைத்தும் தலை நோக்கமற்ற தன்மையின் பயன்கள் மட்டுமல்ல. உள்ள உரமற்ற நோய்மைக்கும் அவை சின்னங்களாகும். தலை நோக்கத்தின் ஆட்சியே நோக்கங்களுக்கு ஒழுங்குதந்து உள்ளத்துக்கு உரம் உண்டு பண்ணும்.

தலைமை நோக்கம் இல்லாதவன் வாழ்வு உண்மையில் நோக்கமில்லாதவன் வாழ்வையோ, திட்டமிட்ட தீய நோக்கங்கள் உடையவன் வாழ்வையோ விடச் சிறப் புடையதன்று. தீய நோக்கங்கள் தீநெறி என்னும் திசையில் சென்று விரைந்து அழிவடையுமானால், தலை நோக்கமற்றவன் வாழ்வும் நோக்கமற்றவன் வாழ்வும் நெறியற்று அல்லது நெறிபிறழ்ந்து அலைக்கழிவுற்று நீண்ட நாளைக்குப்பின் தீயநெறியிற்சென்றவர் அடையும் நிலையையே தானும் அடையும். முன்னது தரும் தோல்வி, துன்பம், பொருளிழப்பு ஆகியவற்றுடன் அது மேலும் அலைக்கழிவைத் தந்துவிடும். திட்டமற்ற நல்ல நோக்கங்கள் தரும் இத்தீமையை உன்னியே "நரகத் திற்குச் செல்லும்வழி நன்னோக்கங்களினாலேயே பாவப் பட்டிருக்கிறது" என்ற பழமொழி எழுந்துள்ளது.

ஒவ்வொரு மனிதனும் தனக்குரிய ஒரு நேரிய நோக்கத்தைத் தெரிந்தெடுத்து அதைச் செயல் வெற்றி யுடையதாக்க வாழ்நாள் முழுவதும் பாடுபடவேண்டும். அத்துடன் அவன் அந்நோக்கத்தையே தன் கருத்துக்கள் அனைத்திற்கும் நடுநாயகக் குறிக்கோளாக்க வேண்டும்.

இந்நோக்கம் ஆன்மிகத்துறை சார்ந்ததாயிருக்கலாம் அல்லது உலகியல் சார்ந்ததாயிருக்கலாம். இது நோக்கம் ஏற்படும் காலத்திலுள்ள அவன் இயல்பையும் பண்பையும் பொறுத்தது. ஆனால் நோக்கம் எத்துறை சார்ந்த தாயிருந்தாலும் அத்தனை கேடில்லை. அவன் அதனை நாடியே தன் கருத்தாற்றல்களை யெல்லாம் ஒருமுகப்படுத்தி, அதையே தன் கடமையாகக் கொண்டு. அதன் செயல் வெற்றியில் முனையவேண்டும்.

அதை நோக்கிச் செல்லும் நேர் பாட்டையிலிருந்து கிளைத்துச் செல்லும் வழிகள் எவ்வளவு கவர்ச்சியாய், மனத்துக்குகந்ததாய் இருந்தாலும், அவற்றில் தன் முயற்சிகளைச் சிதறடிக்கப் படாது.

ஒருமுகப்பட்ட இம் முயற்சிமூலம் அவனுக்குத் தன்னடக்கம், நினைவாற்றல் ஆகியவை வளர்கின்றன. அத்துடன் முயற்சியில் ஏற்படும் தோல்விகள் ஒவ்வொன் றும் அவன் உள்ளார்ந்த நலிவுகளைச் சுட்டிக்காட்டி, வருமுயற்சிகளிலே அவனுக்கு உள்ள உரத்தையு ம் அளிக்கும். தன்னடக்கம், நினைவாற்றல், உள்ள உரம் ஆகிய இந்த மூன்று திறங்களின் முழுக்கூட்டே தற் பண்பு எனப்படுகிறது. அதைப் பெற்றுவிட்டால் மனி தன் வெற்றியடைந்தவன் ஆகிறான். அவன் செயல் வெற்றிக்கு இவை உதவும்.

ஆயினும் செயல்வெற்றி முக்கியமானதன்று. செயல் வெற்றிக்கு மதிப்பும் விலையும் தருவது பண்பே.

மனிதன் புறப்பார்வையில் செயல்வெற்றி நோக்கமாகவும், பண்புவெற்றி கருவியாகவும்தான் தோற்றக் கூடும். ஆனால் அவற்றின் மெய்ப்பயன் உணர்ந்தோர் பார்வையில் செயல் வெற்றிதான் ஒரு கருவியாகிறது.

பண்பு வெற்றியே வாழ்க்கைக்குரிய உண்மை வெற்றிக் கூறாய் அமைகிறது. ஏனென்றால் செயல்வெற்றி தற்காலிகமானது; செயல் முடிந்ததும் அதன் மதிப்புக்கு ஒரு முடிபு ஏற்பட்டு விடுகிறது.

தமக்கெனத் தம் உரிமையுடன் ஒரு நோக்கத்தைப் படைத்துக்கொள்ளும் ஆற்றல் படைத்தவர்களே பெரியார்கள். அது முடியாதவர்கள் அல்லது முடியாதவிடத் தில், தத்தமக்கு ஏற்பட்டுள்ள, அல்லது தரப்பட்டுள்ள கடமையையே நோக்கமாகக் கொள்ளுதல் பயனுடை யது. கடமை எவ்வளவு சிறு திறப்பட்டதாகக் காணப் பட்டாலும், அதனை வழுவின்றிப் பேணி உழைப்பதனால், நோக்கநாடி உழைப்பவன் அடையும் வெற்றியைக் கடமையாளனும்

பெறுவது அரிதன்று. ஏனெனில் இங்கும் நோக்கத்தால் ஏற்படும் முயற்சியைப்போலவே, ஒருமுகப்பட்ட முயற்சி, தன்னடக்கம், உள்ளுறுதி ஆகியவை வளர இடமுண்டு.

வலிமையுடைய உள்ளங்களெல்லாம் மிகப் பெரும் பான்மையாக வலிமைபெற்ற உள்ளங்களாகவே இருக்கும். ஏனெனில் ஆற்றவும் வலிமை குறைந்த, நலிந்த உள்ள முடையவர் உள்ளங்கூட வலிமைத் தத்துவத்தை உணர்ந்தால் வலிமை பெறலாகும். அத் தத்துவமாவது: முயற்சியினாலும் நீடித்த இடைவிடாப் பயிற்சியினாலும் வலிமை பெறத்தக்கது என்பதே. இத் தத்துவத்தைப் பற்றுக் கோடாகக் கொண்டு முயற்சி மீது முயற்சி, பொறுமையுடன் பொறுமை, வலிமை மீது வலிமை என அடுக்கிச்சென்றால், உடலும் உள்ளமும் உரம்பெறுவது உறுதி. அவ்வுரமே தெய்வப்பண்பின் அதாவது நிறை மனிதப் பண்பின் முதற்கூறு.

நோக்கமின்மையையும் நலிவையும் புறங்கண்டு முன்னேறிச் செல்பவன் நோக்கமாகிய வானமுகட்டையும் வானவெளியையும் மறைத்துக் கொண்டிருக்கும் இருஞ் சிறைக்கூடங் கடந்து அகல் வெளியிலுலவும் உரம்பெற்றவர்களின் தோழமையில் வாழ்வு தொடங்குகிறான். சிறைக்கூடத்துக்கும் உள்ள உரமுடையவர் வாழும் இவ்வானுலகுக்கும் உள்ள வேறுபாடு ஒன்றே ஒன்றுதான். சிறைக்கூடத்தில் தோல்விகள் தோல்விக்குத்தான் வழிகாட்டும். அகலுலகில் தோல்விகள் வெற்றிக்குரிய படிகள் ஆய்விடும். அதுமட்டுமன்று. சிறைக் கூடத்தின் வெற்றிகள் தற்காலிக மின்னல் வெற்றிகள். அவை வெற்றிப் பயிரின் விதைகளாக மாட்டா. ஆனால் உரவோர் உலவும் அகலுலகின் வெற்றிகள் தம்மினும் மாபெரு வெற்றிகளுக்கான நாற்றுப்பண்ணைகள் ஆகின் றன. அவை தோல்விகளுடன் சேர்ந்து வெற்றிப்பயிர் வளர்க்கும். வெற்றி தோல்விகள் இரண்டுமே இங்ஙனம் உள்ளார்ந்த நலம் பயக்கின்றன. அத்துடன் உரமிக்க நல்லோர் வெற்றியையும் தோல்வியையும் பற்றிக் கவலைப்படாமல். ஆற்றலுடன் கருத்தாண்டு,

அச்சமின் றிச் செயலாற்றி, தன்னம்பிக்கையுடனும் உறுதியுடனும் தம் நோக்கம் முற்றுவிக்கின்றனர்.

நோக்கத்தை குறிக்கோளாகக் கொள்பவன் அதனை நோக்கிச் செல்லும் பாதைகளில் நேர்பாதையையே தேர்ந்தெடுக்க வேண்டும். வேறு கிளைப்பாதைகளில் பிறழ்ந்து செல்லாமல், அதன் வழியாக நெடுக நேரே செல்லவேண்டும். ஐயங்கள் அச்சங்கள் அவனிடம் தயக்கத்தை உண்டுபண்ணக்கூடாது. அவன் மனஉறு தியை அவை முறித்து நொறுக்கவோ, வளைத்து நெளிக் கவோ, முனைமுறித்து மழுக்கவோ இடந்தரக்கூடாது.

ஏனெனில் நன்முயற்சியின் தோல்விகளைப் போல இத்தகு தோல்விகள் வெற்றிக்குப் படிகள் ஆகமாட்டா. அவை முயற்சியின் கால்கைகளையே முறித்து உயிரின் முன்னேற்றத்தை நிலையாகத் தடுக்க முனைபவை. உள்நின்ற உள்ளத்தின் வலிமையை இவை அரிப்பதனால், புதிதாக வலிமை வாய்ந்த கருத்துக்கள் எழுவதைக்கூட இவை தடைசெய்து விடுகின்றன.

செயல்முனைப்பு செயல்நம்பிக்கையைப் பொறுத்தது. தன்னால் செய்யமுடியும் என்ற நம்பிக்கை முடியாத வற்றையும் முடியவைப்பவை ஆகும். ஐயமும் அச்சமும் தொடக்கத்திலேயே ஒருவன் முயற்சியைச் சூழ்ந்தால், அது பிறப்பிலேயே கொல்லப்பட்ட குழந்தை போன்ற தாய்விடும். கருவில் மாளும் குழவி தாயின் உடல் நலத்தையும் பெரிதும் கெடுப்பதுபோல, பிறப்பில் மாள்வுற்ற இக்கருத்துக்கள் கருத்துக்குரியவன் வாழ்வி லும் சீரழிவு உண்டுபண்ணும். அவன் முயற்சிகள் ஒவ் வொன்றிலும் இதேபோன்ற கருச்சிதைவுப் போக்கு வலுப்படும். தொடக்கத்திலேயே ஐயத்துக்கும் அச்சத் துக்கும் இடந்தராதவன் முயற்சியில் இடையே அவை புகுந்தாலும், அவை இவ்வளவு சீரழிவை உண்டுபண்ண மாட்டா. முதல் நம்பிக்கையார்வம் ஓரளவு இடை யிடைப்பட்ட அவநம்பிக்கை, அச்சம் ஆகியவற்றை எதிர்த்து ஒழிக்கும் ஆற்றலுடையது.

தொடக்கத்திலிருந்து ஐயமாகிய சுழல்காற்றும், அச்சமாகிய வறட்சியும் தாக்காத வாழ்வுமரம் கால மறிந்து விதைத்த விதைபோலத் தழைத்து வளர்ச்சி யுற்று இனிய விளைவுவளம் நல்கும். ஐயமோ அச்சமோ தலையிட்ட வாழ்வுமரம் பயன்தர நேர்ந்தாலும் அது பிஞ்சில் பழுத்த கனியாகவோ, கனியாது உதிரும் வெம்பிய காயாகவோதான் இருக்கும்.

நினைவாற்றலும் நோக்க ஆற்றலும் சேர்ந்தே படைப்பாற்றல் ஆகிறது. இது உயிர்ப்பண்புடைய ஆற்றலாதலால், தாமே இயங்காத, ஒழுங்கு முறையற்ற ஒன்றுடன் ஒன்று இணைந்து செயலாற்றாத எண்ணக் குவியல்களையும் எண்ண அலைப்படலங்களையும் அது இணைத்து ஒழுங்குபடுத்தும். அவற்றை இயங்கவைத்து, அது உயிர்த்துடிப்பும் ஒன்றுபட்ட செயலார்வமும் வளர்ச்சிப்பண்பும் உடைய உயிர்க்கோப்பு ஆக்கும். இப்படைப்பாற்றலை உடையவன் நிறைஉலகைப் படைத் தளிக்கும் இறைவனின் பேரொளிப் பிழம்பின் ஒரு சிறு நுண் அணுக்கதிராய், தன்னைச் சுற்றியுள்ள சிற்றுலகுக்கு ஓர் உள்ளுயிராய் நின்று அதனைப் படைத்தளித்து இயக்குகின்றான்.

அவன் கற்பனை அவனை மீறிச் செல்லாது. அவன் உள்ளம் அவன் கற்பனையை மீறிச் செல்லாது. அவன் செயல்கள் அவன் உள்ளத்தைக் கடந்து செல்லாது. உலகச்சூழல்கள் அவன் செயல்மீறி நிகழமாட்டா. அவன் இத்தனையையும் கடந்து உள்நின்றியக்கும் கடவு ளாற்றல் கூறாக இயங்குவான்! அவனாட, உலகாடும்!

6. செயல் வெற்றி

மனிதன் வெற்றிகள் யாவும், அவன் தோல்விகள் யாவும், அவன் கருத்தின் கருவில் பிறப்பனவே; அக் கருவின் முதிர்ச்சியாக, அவற்றின் பயன் விளைவாக அவை இயங்குவனவே. ஒழுங்கமைதியுடைய உலகில் ஒழுங்கமைதி கெடுக்கும் எல்லாப்பொருள்களும் அழிவுறுவது உறுதி. இது உலக ஒழுங்கமைதியின் நெறிமுறை. எல்லையற்ற உலகின் ஒழுங்கமைதிக்கு இயற்கையாற்றல் அல்லது கடவுள் பொறுப்பு வகிப்பதுபோல, மனித எல்லையிலுள்ள உலகின் ஒழுங்கமைதிக்குத் தனி மனிதனே பொறுப்புள்ளவனாக வேண்டும். அவன் சூழலி லும் சூழலுக்கும் அவனுக்கும் இடையே உள்ள தொடர் பிலும் அவனாக ஒழுங்கமைதி வகுக்கத் தவறினால், சூழலை இயக்கும் ஆற்றலாகிய அவன் உயிர்ப்பண்பை அவன் இழக்கிறான். இயற்கையே நேரடியாக அவன் சூழலின் ஒழுங்கமைதியை ஏற்று, அவனுடைய இயக்கு மாற்றலாகிய உயிர்ப்பண்பை ஒழிக்கிறது. இயற்கையின் அழிக்குமாற்றல் இங்ஙனம் தன் அழிவாற்றலாகாமல் தனிமனிதன் தடுக்க வேண்டுமானால், அவன்தன் உயிராற்றலை, அதாவது இயக்குமாற்றலையும் படைக்கு மாற்றலையும் பயன்படுத்தி, இயற்கையின் இயக்குமாற்றலிலும் ஒழுங்கமைதியிலும் தனக்குரிய பொறுப்பையும் பங்கையும் சரிவர ஏற்கவேண்டும்.

மனித ஆற்றலுக்கும் இயற்கை ஆற்றல் அல்லது கடவுட் பேராற்றலுக்கும் உள்ள வேற்றுமை ஒன்று தான். இயற்கைக்குப் படைத்தல், இயக்குதல், அழித்தல் ஆகிய மூன்று திறங்கள் உண்டு. மனிதனுக்குப் படைத்தல், இயக்குதல் ஆகிய இரு திறங்கள் தான் உண்டு. அழிக்கும் திறம் கிடையாது; அழியும் திறன் மட்டும் உண்டு. ஆனால் இது இயற்கையின் அழித்தல் திறத்தின் மறுகூறுமட்டுமே. இதைத் தடுக்கவேண்டுமானால், இயக்கும் திறனையும் அதன்

மூலம் படைக்கும் திறனையும் அவன் வளர்க்கலாம். இதை அவன் செய்யும் வரை அவன் இயற்கையின் பேரண்டத்தில் ஒரு சிற்றண்டமாய், இயற்கை நின்றியங்கும் பேரம்பலத்தில் ஒரு சிற்றம்பலமாய் இயங்கமுடியும். பேரம்பலத்தில் என்றும் நின்றியங்கும் பேருயிர் போலச் சிற்றம்பலத்தில் சிற்றுயிர் தற்காலிகமாக இயங்கவேண்டும். அத்துடன் சிற்றுயிர் அப்பேருயிரின் ஆற்றலின் கூறாதலால், தானும் தொடர்ந்தியங்க முயன்று, தன் தோல்விகளினின்று வெற்றியடையவும், தன் மாள்வினினின்று அல்லது முதிர்வாழ்வினின்று மற்றும் புதிய இன உயிர்களைத் தோற்றுவிக்கவும் ஆற்றல்பெற்றுப் படைப்பாற்றலிலும் காக்கும் ஆற்றலிலும் பங்கு கொள்கிறான்.

ஒரு மனிதன் வலிவும் நலிவும், தூய்மையும் நோய் மையும்,பெருமையும் சிறுமையும் அவனையே பொறுத் தவை; வேறு எவரையும் பொறுத்தவையல்ல. அவனாலேயே ஆக்கப்பெறுபவை; வேறு எவராலும் ஆக்கப் பெறுபவை அல்ல. அவன் ஒருவனால் மட்டுமே அவை மாற்றியமைக்கத் தக்கவை; வேறு எவராலும் மாற்றியமைக்கத்தக்கவை அல்ல. ஆகவே, ஒவ்வொரு மனிதன் சூழலுலகும் அவனவன் தனி உலகே. செடியினத்தின் வளர்ச்சி தளர்ச்சி புறவளர்ச்சி தளர்ச்சியாயிராமல், உள் வளர்ச்சி தளர்ச்சியாயிருப்பதுபோல, அவன் வளர்ச்சி தளர்ச்சிகள், வாழ்வு தாழ்வுகள் யாவும் அவனுள்ளிருந்து வெளிப்படும் அகப்பண்புகளேயன்றி, புறத்தேயிருந்து வளரும் புறப்பண்புகளல்ல. இந்நிலையில் புறச்சூழல் களைப் பற்றியவரை மனிதருள் எவரும் ஒருவருக்கு ஒருவர் உதவுவது என்பது முடியாதகாரியம். 'தன் கையே தனக்கு உதவி' என்கிற பழமொழி இவ்வகையில் புதுப்பொருளுடையது.

ஒருவர் மற்றொருவர்க்குச் செய்யத்தகும் உதவி யாவதெல்லாம், அகப்பண்பு உதவி மட்டுமே என்பது தெளிவாகும். ஒருவருக்கு ஒருவர் பொருள் தந்துதவுவது, இடர்காப்பது, மகிழ்வூட்டுவது என்பதெல்லாம் மேலீடாகப் பார்ப்பவருக்குப் புற உதவி அல்லது புறச்சூழலை

மாற்றியமைப்பது என்று தோற்றக் கூடும். ஆனால், உண்மையில் இது புறச்சூழலை மாற்று வதன் மூலம் அகப்பண்பை மாற்றுவதாகவே முடியும். பெரும்பாலும் புறத்தேநின்று செய்யப்படும் இவ்வுதவி அகப்பண்பறிவுடன் அதாவது மெய்யறிவுடன் செய்யப் படாத விடத்தில், நற்பயன் தரும் உதவியாயிருக்கமாட் டாது. பயன் கேடுடையதாகவே இருக்கும். இது எவ்வாறெனில், ஒருவனுக்குப் பணம் கொடுப்பதன் மூலம் அவன் பணம் ஈட்டும் பண்பு நலிகிறது; இடர் காப்பதன் மூலம் இடரைத்தடுக்கும் அவனது ஆற்றல் நலிகிறது. மகிழ்வூட்டுவதன் மூலம் துன்ப எதிர்ப்பாற் றல் குறைகிறது. புற உதவி இங்ஙனம் எதிர்பார்ப்பதற்கு மாறாக இயங்குகிறது. ஏனெனில் இச்செயலுதவிகள் சூழல்களை மாற்றுவதாக அமைவனவே யன்றிச் சூழல்களை மாற்றியமைக்கும் ஆற்றலைத் தருபவை ஆகவில்லை. உண்மையாக ஒருவன் மற்றொருவனுக்குச் செய்யும் நட்புதவி அவன் அகப்பண்பறிந்து அதன் நலிவுகளை அகற்றத்தக்க சூழ்நிலைகளையும் அவனியல்புக்கேற்ற சூழலையும் உண்டு பண்ணுவதேயாகும்.

நல்ல பண்புகளை வளர்க்கும்படி ஒருவனுக்கு அவன் நண்பர்கள் உதவலாம். நண்பர்கள் போலவே நல்ல நூல்கள், நல்லார் வாழ்க்கை வரலாறுகள், நல்ல அகப் பண்புக் கூறுகளுக்கேற்ற சூழல்கள் அல்லது தீய அகப் பண்புக் கூறுகளுக்கு மாறுபட்ட சூழல்கள் ஆகியவை உதவக்கூடும். ஆனால் இத்தகைய தறுவாய்களிலும் வளர்ச்சிக்குரியவனிடம் தன்னார்வம், தன்முயற்சி, தன் னடக்கம் ஆகிய பண்புகள் இருந்தாலன்றிப் பயன் ஏற்பட மாட்டாது.

தீமைக்குத் தீயவர் ஒருவரையோ சிலரையோ காரணமாகக் காட்டும் பண்பு உலகில் இருந்து வருகிறது. அடிமைத் தனத்துக்குக் காரணமாக அடிமை முதலாளியை அடிமைகள் காட்டுவர். பொதுத் தீமைகளுக்குக் காரணமாகக் கொடுங்கோன்மையைக் குடிமக்கள் காட்டுவர். ஆனால் இக்குற்றச்சாட்டை மிக எளிதில் எதிர்க் குற்றச்சாட்டாக்க முடியும். ஆக்கப்படுவதையும் காண்கிறோம்; அடிமைகளின்

அடிமைத் தன்மையைச் சுட்டிக்காட்டி அதுவே தன் அடக்குமுறைக்குரிய கார ணம் என்று அடிமை முதலாளிகள் கூறலாம். கூறு கின்றனர்; குடிமக்கள் கோளாறுகளைக் காட்டி அவையே கொடுங்கோன்மையை இன்றியமையாததாக்கும் மூல காரணம் என்று கொடுங்கோலாட்சியாளர் கூறலாம். கூறுகின்றனர்; இரு குற்றச்சாட்டுகளும் ஓரளவு உண்மையே ; ஆனால் முற்றிலும் உண்மையல்ல. இருகையும் தட்டினாலன்றி ஓசை ஏற்படாது. அதுபோல, இத் தீமைகளுக்கு இரு சாராரிடையேயும் உள்ள வெவ்வேறு வகைப்பட்ட மடமையே காரணம் என்றல் தவறாகாது. இரு சாராரும் தங்கள் தற்கால நலன், அல்லது தற்காலப் பாதுகாப்பை எண்ணி, உயர் அறிவு இல்லாத காரணத்தால் தங்கள் நிலையான பொதுநலனைக் கெடுத்துக் கொள்கின்றனர் என்று காண்பது அரிதன்று.

அடிமைகளின் அடிமைத்தனத்துக்குக் காரணம் அடிமைகளிடம் உள்ளத்தின் உரமில்லாமையும், அவர்களை ஆள்பவனிடம் ஆற்றலிருந்தும் அதைப் பயன்படுத் தும் அறிவில்லாமையுமே ஆகும். அடிமைகள் பக்கம் சார்ந்து அவர்கள் மீது பரிவு காட்டுபவர் நல்லவராயிருக்கலாம். ஆனால், அவர் அறிவுடையவர் ஆகமாட்டார். இருவர் மீதும் பரிவுகாட்டி இருவர் தீமைகளுக்கும் காரணமான அறியாமை நீக்குபவரே தீயவர் யார் என்று நாடாமல் தீமை எது என்று கண்டு அகற்றும் அறிவுடை நல்லோர் ஆவர். அவர்களே பெரியார் என்னும் பெயருக்குரிய சான்றோர்.

உலகியல் சார்ந்த செய்திகளில்கூட மனிதன் தன் கீழ்த்தர இன்பநாட்டங்களை அடக்காமல் வெற்றிகாண முடியாது என்பதை எல்லாரும் அறிவார்கள். ஏனென் றால் இன்பங்களில் ஒரு இன்பத்தை நோக்கமாகக் கொள்ளாதவன் இன்பங்களை ஆள்வதற்கு மாறாக அவற்றுக்கு அடிமைப்படுகிறான். இன்பத்தை நோக்க மாகக்கொண்டு செயலாற்றுபவன் போக்கு அலை எழுப்பிக் குறித்த இன்பம் நோக்கி நீந்துபவன் போக்குக்கு ஒப்பாகும். இன்பத்தைக்கூட

நோக்கமாகக் கொள்ளாதவன் போக்கு அலைகளில் தன்செயலற்று மிதக்கும் கட்டையின் போக்கையே ஒக்கும்.

இன்பங்களிலேயே ஓரின்ப நோக்கமும், அவ்வின்ப நோக்கத்திற்கு ஏற்பப் பிற இன்பங்கள் வகையில் தன் னடக்கமும், தன்மறுப்பும் கொள்வது வெற்றிக்கு இன்றியமையாதது. ஆனால் இன்பத்தை ஆள விரும்புபவன் இன்ப நோக்குடையவனைவிட ஒருபடி முன்சென்ற வனாயிருக்கவேண்டும். பேருலகில் தான் ஓர் உறுப்பு என்பதை அவன் காணவேண்டும். அதாவது அவன் நோக்கம் உலகநோக்கில் ஒரு பகுதியாய், அவன் நாடும் இன்பமும் நலமும் உலகஇன்பம், உலகநலம் ஆகியவற்றின் ஒரு பகுதியாய் இருத்தல் சிறப்பு. அது தன்னைக் கடந்த உலகநலமாயிருந்தால், அது இன்னும் கடந்த சிறப்புடையது ஆகும். அத்தகையோரர் தோல்வியடைந்தால் கூட, அது அவர்கள் தனிப்பட்ட தோல்வியாக மட்டுமே இருக்கும். உலகத்துக்கு அத் தோல்விகளே பெருவெற்றிகளாயமையும். ஆனால் அவர்கள் வெற்றிகளும் அவர்கள் தனி வெற்றிகளாக மட்டும் இருக்க மாட்டா. உலகத்துக்கும் அவை பெருவெற்றிகள் ஆகும். இதுமட்டுமன்று. அவர்கள் உலகுக்காக வாழ்பவராதலால், அவர்கள் தனி வெற்றியும் உலக வெற்றியாகவே முடியும். இம்முறையில் சான்றோர் வெற்றி உலகுக்குப் பன்மடங்கு பெருக்கமும் வளமும் உடைய நிறை வெற்றியாகும்.

உலக நோக்குடன் ஒருவன் தன்நோக்கையும் கருத் தையும் உயர்த்துவதனாலேயே, தனி ஒரு மனிதன் உயர்வு பெற, அதேசமயம் பலரும் உயர்வுற்று, அவன் உயர்வைப் பலர் பாராட்டும் நிறைவெற்றி நாடி அவன் செல்லமுடியும். இவ்வெற்றி அடைய அவனுக்குத் தன் சூழலால் விளையும் சிற்றவாக்களை மறுக்கும் தன்மறுப்பு மட்டுமின்றி, தன் தனிநலம் மறுத்த தன்மறுப்பும் தேவைப்படும். தன்னடக்கம், தன்மறுப்பு ஆகிய இவ் வீரண்டாலும் மனிதன் நொய்மைகள், அடிமைப் பண்பு கள், அவலத்தன்மைகள் ஆகிய யாவும் அகலும். இதனால் அவன் தோல்விகள்கூடப் பிறர்

வெற்றியைவிட உயர் வுடையவை ஆகும். அவன் குற்றங்குறைவுகள் கூடப் பிறர் குணச்சிறப்புகளை மங்கவைக்கத் தக்கவையாகும்.

தன் இன்பநாட்டத்தையும் தன் நலத்தையும் ஒரு வன் அறவே விட்டொழித்தால்தான் பொதுநலநோக்கு. ஏற்படும் என்று கொள்வது தகாது. ஏனென்றால் பொதுநலத்துள் தன்னலமும் ஒரு உறுப்பே.தன்னலத்தி லும் இன்பநாட்டம் ஒரு பகுதியே. அவன் அடக்க வேண்டியது, மறுத்தொழிக்கவேண்டியது பொதுநலத் துக்கு மாறான தன்னலத்தையும் தன்னலத்துக்கு மாறான இன்பநாட்டத்தையும், பெருநலத்துக்கு மாறான சிறு நலனையும் தீங்குக்கு விதையான போலிநலங்களையும் மட்டுமே. அதாவது அவன் பேணும் தன்னலத்தில் பொதுநலக்கூறான உண்மையான தன்னலம் இருக்க வேண்டும். அதற்கு மாறான தற்பற்று அல்லது தனி நலம் இருக்கக்கூடாது.

தீமைகள் என வகுக்கக்கூடிய இன்ப துன்பப் பண்புகள் பல. அவை அனைத்தும் அறியாமையின் பயனாக இக்குறுகிய தற்பற்றின் விதையிலிருந்து தோன் றிய களைகளே என்னலாம்.

இன்பங்களுக்கு அடிமையானவன் தெளிவான சிந்தனையுடையவனாயிருக்க முடியாது. அவன் எதிலும் திட்டமமைத்து முன்னேற முடியாது. அவன் இன்பங் களை ஆய்ந்தறியாதது போலவே, துன்பங்கள், தோல்வி கள் ஆகியவற்றின் படிப்பினைகளையும் பயன்படுத்த மாட்டான். தன்னடக்கத்தால் தன்னை இயக்கப்பழகாத தால் அவன் துன்பங்களில் மிதந்து பெருந்துன்பங்களில் சென்று விழுவான். இன்பங்களில் மிதந்து, இன்ப துன்ப வேறுபாடறியாமல் துன்பங்களை அணைப்பான். ஓரளவு தன் இன்பமறுப்பு இருந்தாலல்லாமல், மனிதன் இன்ப துன்ப வேறுபாடுகளையோ, அவற்றின் காரண காரியத் தொடர்புகளையோ உணர்ந்து செயல்வெற்றி அடைய முடியாது. செயல்வெற்றியைவிட முக்கியமான பண்பு

வெற்றியை அவன் கனவுகாணவும் முடியாது. பொறுப்புடைய வாழ்வு என்ற கப்பல் அறிவுப்பண்பாகிய சுக்கானில்லாமல், பொறுப்பற்றவாழ்வாகிய சூறாவளியால் தாக்கப்பட்டு ஓயாது உழலும்.

தன்மறுப்பின் அளவே ஒருவன் வெற்றியின் அளவு, அவன் தகுதியின் அளவு. அறிவு நிறைவுடைய தன் மறுப்பையே நாம் பண்பு' என்கிறோம். அது அவனை வளர்ப்பதுடன் சமூகத்தையும் வளர்த்து, இரண்டின் வளத்தையும் நலத்தையும் ஒருங்கிணைக்கும் கூறாக இயல் கின்றது. ஆகவே தன்மறுப்பு என்பது தன்னை அழிக் கும் அழிவுக்கூறு அன்று; அது தன்னைச் சமூகவாழ்வுடன் இணைத்து இரண்டையும் ஒன்றுபட வளர்க்கும் ஆக்கக் கூறு. தன்மறுப்புப் பண்பு பெருகுந்தோறும் தன்னம்பிக்கை பெருகுகிறது. உள்ளம் உரமடைகிறது. கருத்து உயர்வுபெறுகிறது.

பேரவா, வஞ்சகம், குறும்பு ஆகியவற்றுக்கு இயற்கை இடந்தருவதாகவே மேலீடாகப் பார்ப்பவருக் குத் தோறற்கூடும். உண்மையில் இயற்கையின் அமைதியே நல்லார் அமைதியாதலால், இயற்கை அவர் களுக்கே இறுதியில் இடந்தந்து உதவுவது உறுதி. எல்லா உலக ஊழிகளிலேயும் எல்லாப் பெரியார்களும் இதனைப் பலபட வலியுறுத்தியுள்ளார்கள்.

நல்லறிவு, நல்லழகு, நல்வாய்மை ஆகிய இயற்கையின் உள்ளார்ந்த நற்பண்புகள் நோக்கிச் செலுத்தப்படும் கருத்துக்களே மனிதநாகரிகத்தில் அம் முத்திறச் செல்வங்களையும் வளர்த்துள்ளன. முயல்வோர் உள்ளங்களில் இம் முத்திறக் கூறுகளில் எதன் முழுநிறைபடிவமும் என்றும் தெளிவாக உருவானது கிடையாது. ஆகவே எது அறிவுமுயற்சி, எது கலை அல்லது அழகு முயற்சி, எது வாய்மை அல்லது ஒழுக்கத்துறை முயற்சி என்று செயல் வேளையில் கூறமுடியாது. ஆயினும் அம் முத்திசை நோக்கிய முயற்சிகளே அறிவுநூல், அழகுக்கலை, ஒழுக்கப் பண்பு ஆகியவை. அவை அவ்வத்துறைப்பண்புகளின் முழுநிறை

படிவங்கள் நோக்கி வளர்ந்துவருகின்றன. நிலை யான செயல்கள் யாவும் இம்முத்திசை நோக்கியவையே ஆகும். இம் மூன்றும் இறுதி எல்லையில் ஒன்றுதானா, மூன்றா என்பதைக்கூட இன்றைய மனித நாகரிகத்தின் அறிவுநிலையில் நுனித்துணர முடியுமேயன்றி வரை யறுத்துக் கூறமுடியாது. மூன்றும் ஒன்றை ஒன்று தழுவியவை என்பதைமட்டும் உறுதியாகக் கூறலாம்.

ஆன்மிகவெற்றி என்பது மேற்கூறிய மூவகை வெற்றிகளையும் கடந்தது. அது அம் மூன்றின் ஒருமைப் பாடுணர்ந்து அவற்றை ஒரே திசையில் நாடுவது. இதில் கருத்துச் செலுத்துவோர் அறிவும் பண்பும் தூய்மையும் ஒருங்கேகொண்ட கருத்தினராய், அக்கருத்துத் தூண்டும் வழி உள்ளத்தின் பண்புகள் யாவற்றையும் செலுத்திச் செயலாற்றுபவர் ஆவர்.

செயல் வெற்றி எத்தகையதாயினும் அது முயற்சி யின் தலைமீது அணியப்பெற்ற அணிமுடி அணிமுடியின்மீதுள்ள மணிக்கற்களாகக் கருத்து இயங்குகிறது. இன்ப நாட்டம், தளர்ச்சி, துப்புரவின்மை, பொய்ம்மை ஆகியவை இவற்றைக் கீழ்நோக்கி இழுக்கும் நில ஆற் றல்கள். தன்னடக்கம், உறுதி, தூய்மை, நேர்மை, கருத் தாற்றல் ஆகியவை அதைக் கீழ்நோக்கி விழாது தடுத்து நிறுத்தி உயர்த்தும் பண்புகள்.

ஆன்மிக வெற்றிகண்டவன் பெரும்பாலும் கீழ் நோக்குவதில்லை. ஆயினும் வளர்ச்சிப்பண்பு செயலாற்றாத இடத்தில் தளர்ச்சிப்பண்புகள் தலைகாட்டத் தொடங்கும். உள்ளார்ந்த, முற்றிலும் தடமழிக்கப் படாத தீமையின் தூசுகள் இப்போது நிறைமதியின் கறை மறுக்களாக வளர்ந்து அதை ஒளி மழுங்கச்செய் யும். ஆகவே ஆன்மிகவெற்றி யடைந்தவர்கள்கூட அதனைப் பாதுகாக்கும் முறையில் எப்போதும் அவ் வெற்றிச் சக்கரத்தைச் சுழற்றிக்கொண்டேதான் இருந்து தீரவேண்டும்.

முயற்சி என்பது உண்மையில் உயர்ச்சியே. ஆனால் அந்த உயர்ச்சி குறிக்கோளின் தன்மையையும் உள்ளத்தின் பண்புகளையும் அப் பண்புகளை இயக்கும் தன்னடக்கக் கூறினையும் பொறுத்தது. எனினும் வெற்றியின் எல்லைமட்டுந்தான் முயற்சியைப் பொறுத்தது. அதன் தன்மை குறிக்கோளையும், அதன் அளவு உள்ளப்பண்பையும் தன்னடக்கக் கூறினையும் பொறுத்தது ஆகும்.

7. கனவார்வங்களும் கருத்தார்வங்களும்

கனவாளர்களே உலகின் காப்பாளர்கள். கண் கண்ட புற உலகுக்குக் கண்காணா அக உலகே ஆதாரமாயிருப்பதுபோல, செயல்துறையில் தன்னலச் சூழலில் உழன்று பழி சூழ்ந்து தேர்ந்து பயிலும் உலகவாழ்வு, அதனினின்று அகலவிலகித் தனித்துநின்று கனவு காண்பவர்களின் புனைவாற்ற லொளியினாலேயே புரக்கப் பெறு கிறது. மனித இனம் இக் கனவாளர்களை மறக்க முடியாது. அவர்கள் புனைகருத்துக்களின் படிவங்களும் மனித உலகில் மங்கி மறுகக்கூடாது. உலகம் வாழ்வதும் வளர்வதும் அவற்றிலேயே! அவற்றை என்றேனும் ஒருநாள் பகலொளியாகக் காண்போம் என்ற நம்பிக்கையாலேயே-புறவாய்மையின் போலித் தோற் றம் கடந்த அவற்றின் அக வாய்மை மெய்ம்மைகளை எய்தப்பெறுவோம் என்ற இன்னார்வத்தாலேயே-உல கம் உயர்பண்பு பெற்று இயங்குகிறது.

இசைவாணர், சிற்பிகள், ஓவியக்கலைஞர், கவிஞர், அறிவர், முனிவர்.- வருங்கால உலகை ஆக்குபவர்களும் வான உலகெனும் கனவுலகைக் கண்டு அதற்கு உருவும் மெய்ம்மையும் அளிப்பவர்களும் இப் பலதரப்பட்ட கனவாளர்களே. அவர்கள் உலகில் வாழ்வதனாலேயே உலகம் பொலிவெய்துகின்றது. அவர்களில்லாவிட் டால், உலகம் இயற்கையின் மாயும் புறப்பகுதியுடன் புறப்பகுதியாய், மாய இயக்கம் இயங்கும் ஒரு மாய உலகமாகவே அமையும். மாயா உலகமாக மலராது.

கவினுடைக்கனவொளியை அகக்கண்ணாற் காண்ப வன், உள்ளத்தில் உயர் கருத்துப் படிவங்களுக்கு இட மளித்துப் பேணுபவன் ஆவான். அவன் ஒருநாள் அதனை மெய்ம்மையாகச் செயலுலகிற் கொண்டுவந்து தருதல் உறுதி. புதியதோர் உலகை கனாக்கண்டான் கொலம்பஸ்; புத்துலகக்

கனா புத்துலகாக அவன் புறக் கண்முன்னும் மலர்ந்தது! கொப்பர்னிகஸ் பல்லுலகளாவிய பேரண்டத்தை அகத்தே கண்டான். அது உலகின் புற அறிவின்முன்னும் அவனாலேயே புலப்படுத்தப்பட் டது. கறையற்ற நிறையழகும் களங்கமற்ற முழு அமைதியும் வாய்ந்த ஓர் அக உலகைப் புனைந்துரு வாக்கிக் காட்டினார் புத்தர் பெருமான்; அல்லற்படும் மனிதர் பின்தொடர, அதில் அவர் நுழைந்தார்! கனவாளர் கனவுகள் கனவாற்றலற்றவர்க்கு நனவில் எப்போதும் வழிகாட்டத் தவறவில்லை. கனவொளியால் நனவுலகை அவர்கள் ஒளியுலகாக்கியுள்ளனர், ஆக்கி வருகின்றனர்.

கனவார்வம் வளர்க்க; கருத்தார்வம் பேணுக. கருத்தகத்தே அடங்கி இசைக்கும் இசையை - மனத்தில் ஒளிக்கரங்க ளியக்காது ஒளியூட்டும் அழகொளியை தூய கருத்துக்களின் சூழொளிவட்டமான மாயா ஒயிலை- அகச்செவிப்புலனாகக் கேட்டும், அகக்கண்ணால் கண்டும், அகத்தின் மெய்ம்மையூடு பரவப்பெற்று மகிழ்ந்தும், வாழ்வின் நிறையின்பம் நுகர்க. இவற்றிலிருந்தே நிலையான இன்பச் சூழல்கள், வானுலக வளிமண்டலங்கள் எழுகின்றன.

இவற்றினிடம் உண்மையாயிருக்கப் பயிற்சி பெற்றவன் வானகத் தந்தையின் உரிமைபெற்ற செல்வனாய், அத்தந்தை படைத்த உலகத்தில் தானும் தனக்கென ஓர் உலகு படைத்தளிப்பவனாக இயங்குவான்.

மெய்யறிவுடையவர்களுக்கு அவாவுவதென்பது பெறுவதே! அவா ஆர்வ முறுவதென்பது செயல்முற்று விப்பதே. மெய்யறிவர் பின்பற்றும் முறைகளைப் புல்லறிவுடைய கயவர் பின்பற்றினால்கூட, அவர்கள் புல் லறிவு நாடியநோக்கம் நிறைவேறப் பெறுமென்றால், அதே சட்ட அமைதியால் மெய்யறிவர் பெறும் வெற்றி யின் தன்மை இது எனக்கூறவும் வேண்டுமா? வேண்டுவ வேண்டின் வேண்டிவேட்டுப் பெறுவீர் என்ற மறையுரை நிறையுரை என்பதில் ஐயமில்லை.

கருத்துலகின் உச்ச உயர் கனவுகளே ஆர்க. கனவின் உயர்வே கருத்தை உயர்த்தி நனவுலகையும் செம் மைப்படுத்த உதவும். தொலை வருங்காலத்தில் உன் வாழ்வின் தொலை எதிர்நோக்குப் படம், உன்கனவு; அதுவே உன் குறிக்கோள்; நீ வருங்காலத்தில் காணும் புறக்காட்சியின் அகச்சின்னம் அதுவே.

உலகத்தின் மாபெரிய நீள்செயல்கள் யாவுமே தொடக்கத்தில் கனவாய்த்தான் இருந்தன.- கனவின் கருவிலேயே சிலநாள் தங்கியிருந்து விளைவுற்றன. வானகத்தே கிளையளாவி நிலத்தகத்தே ஆழ்ந்து வேரூன்றி வளரும் ஆலமரம், தொடக்கத்தில் மண்ணகத்தே சிறு மீன் சினையளவான ஆலவிதையினுள்ளேயே இருந்தது. அதுபோல கனவில் தங்கியிருந்த ஆற்றல் நனவில் முதிர்ந்து பின் வளர்ச்சி பெறுகிறது. எனவே கனவுகள் மாயப் போலித் தோற்றங்களோ, செயல் தொடர்பற்ற மின்மினிகளோ அல்ல. அவை மெய்ம்மையின் வித்துக் கள், வெற்றியின் கருவூலங்கள், மனித நாகரிகத்தின் ஆக்கத்துறைப் போர்க்கருவிகள்!

உன் சூழல்வளி தொடக்கத்தில் உனக்குச் சாதக மற்றதாக இருக்கலாம். ஆனால் நீ ஒரு குறிக்கோள் வழிநின்று கனவுகாண முனைந்தால், அது உனக்கெதிராக நீடித்து நிற்கமாட்டாது. அகத்தே கனவில் உலவும் நீ புறத்தே சும்மா கைகட்டிக் கொண்டிருக்கப் போவதில்லை. முனைந்துச் செயலாற்றுவது உறுதி.

நீ வறுமை, கடுஉழைப்பு ஆகியவற்றால் கடுந்துய ருழக்கும் தொழிலாளியாயிருக்கலாம். உடல்நலத்துக்கு ஒவ்வாத ஆலைக்கிடங்கில் கிடந்து ஒவ்வொரு நாளும் பல மணிநேரம் அவதியுறுபவனாயிருக்கலாம். கல்விப்பயிற்சியின் நலனுக்கோ, கலைப்பண்பின் நலத்துக்கோ, உன் வாழ்வில் வாய்ப்பில்லாது போகலாம். ஆனால் நீமட்டும் ஒரு நல்வாழ்வுக் கனவை இவ்வெதிர் சூழ்நிலைகளிடை யேயும் சுமந்துலவினால், அறிவு, பண்புநயம், அழகுநயம்

ஆகியவற்றின் அவாக்களை உன் உள்ளக்கருவில் அடக்கிக்கொண்டு செயலாற்றினால், அக்கனவுகளும் அவாக் களுமே உன்னை உள்நின்று இயக்கி, உன் வாழ்வை நீ யறியாமலே மாற்றிவிடும். அக் கனவுகள் உன் சிறு வருவாயின் ஒரு சிறுபகுதியை உன் வருங்கால வாழ்வின் செல்வத்துக்குரிய விதையாக்கிவிடும். உன் கடு உழைப்பிடையே நீ அரிதிற்பெறும் ஓய்வின் ஒரு சிறு பகுதியை அவை அப் பயிர் வளர்வதற்கான நீராகவும் உரமாகவும் மாற்றியமைத்துவிடும்.

கனவுகளால் ஏற்பட்ட இப் புறச்சூழல் மாறுபாடு பின்னும் கனவை ஒருபுறமும் அதன் வாயிலாகச் சூழலை மற்றொருபுறமும் மாற்றிக்கொண்டே இருக்கும். இத னால் உன் கனவுகள் உன் வாழ்வின், உலகவாழ்வின் எல்லைக்கோட்டில் நின்று மிளிரத் தொடங்குகின்றன.

சிறு குடிலிலிருந்து கொண்டே உன் உள்ளம் அகன்ற வானவெளியில் உலவுகிறது! கந்தலாடையால் தன்னைப் போர்த்திக்கொண்டே நீ வானவில்லின் வண்ணங்களில் எண்ணங்களை இழைப்பாய்! இந்நிலையில் வறுமையும் சோர்வும் உன்னை வாட்டமறுத்துவிடும். கடுஉழைப்பு எளிய உழைப்பு ஆகிறது. அதனிடையே உன் சிந்தனை ஊர்தி சேணுற ஓங்கி முகில்களிடையே தவழ்ந்து செல் கிறது. உழைப்பு இன்பகரமாய், அதன் சிறுபயன் திரள்பயனாய்ப் பெருகுகிறது. உழைப்புக்கிடமான ஆலையின் பட்டடையுள் இந்நிலையில் நீ நெடுநாள் அடங்கியிருக்கமாட்டாய்! உன் பண்பாட்டுக் கொவ்வாத அப் புறச்சூழல் இற்றுப்போன சட்டையாய்க் கழன்றுவிடும். உள்நின்று வளரும் பாம்பின் புத்துடல்போல் புது வளர்ச்சி, புதுச்சூழல் உன்னை வந்து அடையும்.பட்ட டைத் தொழிலாளியாகிய நீ பாரில் கலைத்தொழிலாளனாக மாறுவாய்.

உன் கனவுகள் எப்போதும் முற்றிலும் பொன் வண்ணக் கனவுகளாயிராமற் போகலாம். அதன் பொன்னுடன் மாசு கலந்திருக்கலாம். ஆனால் அதன் பொன்னும் மாசும் உன்

சூழல்களில் ஏற்படுத்தும் மாற் றத்திலும் நீ அந்தப் பொன்வண்ணத்தையும் மாசுவண் ணத்தையும் தெளிவாகக் காணலாம். அக்கலவைக் கூறு களறிந்து நீ உன் கனவுகளைத் தூய்மையாக்கலாம், கனவின் உயர்வு தாழ்வுகளுக்கேற்ப உன் வாழ்வும் உயர வும் தாழவும் செய்யும். சிற்றவாக்களுக்கு நீ இடங் கொடுத்தால் அவற்றின் சிறுமைக்குள் நீயும் உன் வாழ்வும் சிறைப்பட நேரிடும். பாரிய அவாக்களுக்கு இடமளித்தால் அவற்றின் பாரிய அகலத்தில் உன்வாழ்வு பரந்துலவும்.

அகப்பண்பின் மாறுதல் புறப்பண்பை எங்ஙனம் எதிர்பாரா வகையில் மாற்றக்கூடும் என்பதைக் கிர்க்கம் டேவிஸ் என்ற பெரியார் சுட்டிக்காட்டுகிறார். "கணக் கெழுதும் ஒருவனுக்குக் கணக்கேடும் அலுவலக அறை வாயிலுமே நிலையான உலக எல்லையாகத் தோன்றுவது இயல்பு. ஆனால் ஒருநாள் குறிப்பிட்ட கணக்கன் அவ் வாயில் கடந்ததும் அவனுக்குப் பொதுமக்களின் ஒரு பெரிய கூட்டம் வரவேற்பளிக்கக் காத்திருந்தது. கணக்கன் தொழிலுக்கு மட்டுமன்றி அத்தகுதிக்கும் சின்னமான எழுதுகோல் இன்னும் அவன் காதைவிட்டு அகலவில்லை. அதை எடுக்காமலேயே அவன் மக்க ளிடையே செல்கிறான். அவர்கள் நடுவில் சென்று அவன் தன் கனவார்வங்களை அவர்கள்முன் கொட்டுகிறான். கூட்டல் கழித்தல் பயின்ற நாக்குக்கு எங்கிருந்தோ சொல்லாற்றலும் கலையாற்றலும் வந்துவிடுகிறது. கனவாற்றல் நாவையும் உள்ளத்தையும் முன்னமே பயிற்று வித்திருந்தது.

'நாட்டுப்புறத்தில் ஆடு மேய்க்கும் ஒரு சிறுவன் நாட்டுப்புற ஆடையிலேயே நகரத்துக்குச் செல்கின்றான். நகர்க் காட்சிகளிடையே எப்படியோ ஒரு கலைக்கூடம் மட்டும் அவன் கல்லா உள்ளத்தைக் கவர்ந்துவிடுகிறது. கலை ஆசானும் என்ன கண்டோ, கருதியோ அவனை ஏற்றுக்கொள்கிறான். ஒருசில நாட்களுக்குள் ஆசிரியர் அவனிடம் அன்புடனும் நன்மதிப்புடனும் 'அன்பனே, உனக்கு இனி கலைத்துறையில் நான் கற்றுத் தரவேண் டியது எதுவுமில்லை. நீ இப்போது தானே ஓர் ஆசானாய் விட்டாய்.

வாழ்க உன் கலை," என்கிறான். ஆசான் முதியவனாய் விட்டதால் ஆசான்கலைக்கூடத்தில் அவனே ஆசானாகிறான். பழைய ஆசான் புகழுக்குப் புதிய ஆசான் புகழ் புது விளக்கமும் புது ஆற்றலும் தருகிறது." இங்ஙனம் ஆடு மேய்க்கும்போது கண்ட கனவார்வமே அவனை நகருக்கு இழுத்துத் தன் புறஉள்ளத்துக்கும் கூடத் தெரியாதவகையில் அவன் அகக்கனவை மெய் யாக்கிற்று.

பொருளை உணரமாட்டாது பொருளின் நிழலைப் பொருளாகக் கொள்ளும் அறிவிலிகள் உண்டு. அறிவும் ஆராய்ச்சியும் முயற்சியும் அற்ற இத்தகைய பேடியர் களே செல்வரின் செல்வங்கண்டு குருட்டுயோகம் என்றும் தற்செயல் நிகழ்ச்சி என்றும் கூறுவர். அறிவு மேம் பாடுற்றவரைக் கண்டு 'ஆ, செல்வாக்கின் பயன் இது என்று கூறுபவரும் இத்தகையரே. ஏனெனில் அந்தச் செல்வத்தையும் அந்த அறிவையும் பெற்றவர் அவற்றுக் காக என்னென்ன பாடுபட்டனர், எவ்வளவு கடுஉழைப்புச் செய்தனர் என்பதை அவர்கள் அறியமாட்டார்கள். இடர்களை எதிர்த்துப் போராட அவர்கள் செய்த தன் மறுப்பு, விட்டுக்கொடுப்பு, தன்னடக்கம் ஆகியவற்றை இத்தகையோர் உணர்தல் இன்னும் அரிது. இவை இரண்டையும்விட அவர்கள் அறிவுப்புலனுக்கு அப்பாற் பட்டவை ஆக்கச் செயல்கள், அறிவாளர் வெற்றிகளுக்கு மூலகாரணமான அவர் கனவார்வங்கள். வெற்றி என் னும் இன்ப இலக்கைக் கண்டு அழுக்காறு கொண்டு அதைக் குருட்டுயோகம், தற்செயல் நிகழ்ச்சி என்பவர் அதனைச் சென்றடைவதற்குரிய நீடித்த பயணத்தின் கடுந்தொல்லைகளைக் கவனிப்பதில்லை. பிறரிடம் அவர் கள் கற்பிக்கும் குருட்டுயோகம் அவர்கள் அறியாமையின் நிழலேயாகும். முயற்சியின்றி அதன் பயனாகிய திரு. அதாவது செல்வமும் திறமைகளும் பண்புகளும் கைவர மாட்டா. வரம் பெற்றவர், தெய்வ அருள் திறம் பெற்ற வர் என ஒருவரைக் கருதுவதும் இதே அறியாமடமையின் மற்றொரு கூறேயாகும். தெய்வ அருள்திறம் என்பது புறத்தேயிருந்து புறத்தெய்வம்

எதுவும் அரு ளிய திறம் அன்று. கனவார்வம், இலக்கு ஆகிய தெய் விக ஆற்றல்கள் உள்நின்று அருளிய திறங்கள் மட்டுமே.

கட்டடத்தின் அடிப்படை நிலத்தின் கீழுள்ளது. செடியின் வாழ்வின் அடிப்படை ஆதாரம் நிலத்தின் கீழுள்ளது. அதுபோல மனித வாழ்வின் ஆதாரமும் புறப்பொருள் எதிலும் இல்லை. அகத்தேயுள்ள அழ கொளியில், நெஞ்சத்தின் ஆழ்ந்த குறிக்கோளிலேயே அதனைக்காணலாம்.

8. அமைதி

மெய்யறிவின் மணிமகுடத்தில் உள்ள தலைசிறந்த மணி மன அமைதியே. மணியின் செறிவுப்பண்பு இயற் கையின் கருவில் அது கீழே இருந்து முதிர்ந்ததன் பயன். அப்பண்பு போதாமல் மனிதனும் தன் முயற்சியை அதில் ஈடுபடுத்தி அதனைப் பட்டையிட்டு ஒளிப்பண்பு பெருக்கியிருக்கிறான். மணியைப்போலவே மனஅமைதி யும் நீடித்த பயிற்சியின் சின்னமாகவே அமைந்துள்ளது. நாட்பட்ட செயலறிவு, கருத்துக்களின் செயலமைதி பற்றிய தீர்க்க அறிவு ஆகியவற்றின் நிறைவிளைவாகவே மன அமைதி உருவாகியுள்ளது.

ஒருவன் தன்னைத்தான் உணர்ந்தபின், அவன் கருத்தின் உருவாகவே அவன் தற்பண்பு அமைகிறது. இதைக் கண்டபின்தான் மனிதன் மன அமைதி உடையவன் ஆகிறான். ஏனெனில் தன்னையும் தன் இயல்பையும் கொண்டுதான் அவன் பிறரையும் அவர்கள் இயல்பு களையும் உணர்ந்து செயலாற்றமுடியும். தன் செயல்களைப் போலவே, பிறர் செயல்களும் அவர்கள் கருத்துக்களையும் பண்புகளையும் சார்ந்தவை என்று அறியுந் தோறும் அவன் யார்மீதும் எதற்காகவும் எரிந்து விழவோ, புகைந்தழலவோ மாட்டான். தன்னடக்கமும் பொறுமையும் காட்டி அவர்களிடமும் அவன் அதே பண்புகளை உண்டுபண்ணுவான். அமைதி காட்டாமல் சீற்றங்காட்டியிருந்தால் அவர்களிடமும் சீற்றமே வளர்ந் திருக்கும். ஆனால் சீற்றம் சீற்றத்தை வளர்ப்பதுபோல் அமைதி, பொறுமை, தன்னடக்கம் ஆகிய பண்புகள் அதே பண்புகளை வளர்க்கும்.

அமைதியான மனிதன் தன்னை அடக்கக் கற்றுக் கொண்டது போலவே, பிறருக்கிசைய நடக்கவும், அதன் மூலம் பிறரை இயக்கவும் வல்லவனாகிறான். இது பிற ரிடம் அவன் மதிப்பையும் நேசத்தையும் பெருக்குகிறது. இங்ஙனம்

அமைதி வளருந்தோறும் வெற்றியும் செல்வாக்கும் மிகுதியாகிறது. நன்மை செய்வதற்கான ஆற்றல் வளர்ச்சிபெறுகிறது. மனிதரின் வெற்றிக்கு அவர்கள் பெரும்பாலும் புற உணர்ச்சிகளை அடக்குவதே காரணம் என்பதை எல்லாரும் அறிவர்.அகஉணர்ச்சி களையும் அடக்கியவன் இன்னும் பெருவெற்றியடை வான் என்பதில் ஐயமில்லை. தன்னடக்கம், அமைதி ஆகியவற்றை உடையவனுடனேயே எவ்வகைப்பட்ட மக்களும் பழக விரும்புவர்; எளிதாகப் பழகுவர்.

★★★

9 788199 751163